'The Upside Down King' या इंग्रजी पुस्तकाचा अनुवाद

त्रिशंकू

राम आणि कृष्ण यांच्या अप्रचलित कथा

सुधा मूर्ती

अनुवाद
लीना सोहोनी

मेहता पब्लिशिंग हाऊस

Please contact us at **Mehta Publishing House,** Pune.
Email : production@mehtapublishinghouse.com
Website : www.mehtapublishinghouse.com

THE UPSIDE DOWN KING by SUDHA MURTY

Text Copyright © Sudha Murty 2018
Illustrations Copyright © Priyankar Gupta 2018

First Published in Puffin Books by Penguin Random House India 2018
Translated into Marathi Language by Leena Sohoni

त्रिशंकू / अनुवादित कथासंग्रह

अनुवाद : लीना सोहोनी / author@mehtapublishinghouse.com

मराठी अनुवादाचे व प्रकाशनाचे हक्क मेहता पब्लिशिंग हाऊस, पुणे.

प्रकाशक : सुनील अनिल मेहता, मेहता पब्लिशिंग हाऊस,
१९४१, सदाशिव पेठ, माडीवाले कॉलनी, पुणे - ३०.

मुखपृष्ठ व
आतील चित्रे : पेंग्विन रॅण्डम हाऊस इंडिया यांच्या सौजन्याने

प्रथमावृत्ती : फेब्रुवारी, २०१९

P Book ISBN 9789353172138
E Book ESBN 9789353172145
E Books available on : play.google.com/store/books
www.amazon.in/b?node=15513892031

विदेशामध्ये भारतीय संस्कृतीचं जतन करण्यासाठी
सतत झटणाऱ्या
श्री. मत्तूर नंदकुमार यांस

प्रस्तावना

भारतात भगवान श्रीराम आणि श्रीकृष्ण या देवतांना लोकांच्या आयुष्यात फार मोठं स्थान आहे. माणूस कोणत्याही राज्यात राहत असला, कोणतीही भाषा बोलत असला, तरी प्रत्येकाला या दोघांविषयी सगळी माहिती असतेच. त्यामुळेच या दोघांच्या आयुष्यातील महत्त्वपूर्ण टप्प्यांशी निगडित महत्त्वपूर्ण असे सण-समारंभ सर्वत्र साजरे करण्यात येतात. उदाहरणार्थ रामनवमीच्या दिवशी रामजन्माचा सोहळा साजरा करतात, तर दुष्ट रावणाचा श्रीरामांनी जेव्हा पराभव केला, ती यशोगाथा विजयादशमीच्या किंवा दसऱ्याच्या निमित्ताने आळवली जाते. कृष्णाष्टमीच्या दिवशी कृष्णजन्माचा सोहळा असतो, तर श्रीकृष्णाने नरकासुराचा ज्या दिवशी वध केला त्या नरकचतुर्दशीच्या दिवशी दिवाळीच्या सणाची सुरुवात असते.

श्रीरामाच्या आणि श्रीकृष्णाच्या आयुष्याशी जोडलेल्या काही स्थळांना आज धार्मिक स्थळं म्हणून महत्त्व प्राप्त झालेलं आहे. यांत प्रामुख्यानं अयोध्या, मथुरा, द्वारका, गोवर्धन, पंचवटी, चित्रकूट इत्यादी ठिकाणांचा समावेश होतो.

राम आणि कृष्ण या दोघांनाही लोक विष्णूचे अवतार मानतात. भगवान विष्णू हा साऱ्या विश्वाचा त्राता आहे आणि हे दोघंही मनुष्य रूपात पृथ्वीवर प्रकट झालेले त्याचेच अवतार असूनसुद्धा दोघांच्याही स्वभावधर्मात आणि प्रकृतीत जमीन-अस्मानाचं अंतर आहे.

श्रीरामाचा जन्म त्रेतायुगात झाला. या जगाच्या कालखंडांची विभागणी एकंदर चार युगांमध्ये करण्यात आलेली आहे. त्रेतायुग हे त्यातलं दुसरं युग. रामाच्या कथांचा अंतर्भाव अनेक तैलचित्रांमध्ये, साहित्यात, नृत्यात आणि संगीतात करण्यात आला आहे. रामायण हे महाकाव्य आज अनेक भाषांमध्ये उपलब्ध आहे. रामायण वेगवेगळ्या नावांनी प्रसिद्ध आहे. उदाहरणार्थ वाल्मीकी रामायण, अद्भुत रामायण, उत्तर रामायण, तुलसी रामायण, कंब रामायण, जैन रामायण, पंपा रामायण वगैरे.

या प्रत्येक रामायणामधील कथेत थोडेफार फरक असले, तरीही प्रत्येकाचा मूळ गाभा तोच आहे.

रामाला लोक पुरुषोत्तम मानून त्याची पूजा करतात. एक राजपुत्र आणि एक राज्यकर्ता म्हणूनही तो सर्वांना आदर्शच वाटतो. रामराज्य हे एक आदर्श राज्य होतं. तिथे गुन्हे, दुःख, गरिबी किंवा भ्रष्टाचार यातील काहीसुद्धा नव्हतं. तिथे सुख आणि शांती नांदत होती. रामराजा आपल्या प्रजेची काळजी वाहत असे. त्याचबरोबर त्या प्रजेचंही आपल्या राजावर निरतिशय प्रेम होतं; किंबहुना ते आपल्या राजाला साक्षात परमेश्वर मानत असत. धनुर्विद्येतील रामाच्या कौशल्याला तर जगात तोड नव्हती. एकदा रामाचा बाण सुटला की तो आपल्या लक्ष्याचा वेध घेणार, ही तर काळ्या दगडावरची रेघच होती. त्यामुळेच आपल्याकडे रामबाण हा शब्द प्रचलित झाला. ज्या घटनेच्या संदर्भात तो शब्द प्रयोग केलेला असेल, ती घटना घडलीच म्हणून समजावं.

राम हा अत्यंत धर्मनिष्ठ होता. तो आपल्या आयुष्यातील प्रत्येक निर्णय घेताना नेहमीच धर्मानं वागत असे. प्रत्येक राज्यकर्त्यानं अत्यंत साधेपणानं, एखाद्या संन्याशासारखं व्रतस्थपणे आपलं जीवन व्यतीत केलं पाहिजे, असं त्याचं मत होतं. राजानं जर स्वतःला सर्व प्रकारच्या ऐहिक सुखांपासून दूर ठेवलं, तरच तो उत्तम धर्मनिष्ठ राज्यकर्ता होऊ शकेल, असा त्याचा ठाम विश्वास होता; परंतु त्याच्या या विश्वासाची त्याला व्यक्तिगत आयुष्यात फार मोठी किंमत मोजावी लागली. त्यामुळेच त्याला आपल्या प्रिय पत्नीचा– सीतेचा विरह सहन करावा लागला.

भगवान कृष्ण हे भगवान श्रीरामांपेक्षा फारच वेगळे होते. कृष्णाचा जन्म द्वापार युगात झाला. खरं तर तो जन्मानं राजघराण्यातला; परंतु त्याच्या वडिलांना त्याला भर मध्यरात्री दूर घेऊन जावं लागलं. त्याच्या स्वतःच्या सख्ख्या मामापासूनच त्याच्या जिवाला धोका होता. त्याचा मामा त्याला मारायलाच उठला होता. कृष्णाचा जन्म होताच त्याचा वध करण्याचा कट कंसमामानं रचला होता. त्यामुळे कृष्णाच्या पित्यानं आपल्या या बाळाला आपला मित्र नंद आणि त्याची पत्नी यशोदा यांच्याकडे सोपवलं. त्यामुळे गोकुळात गुराख्याच्या पोरांबरोबर एक गुराखी म्हणूनच कृष्ण वाढला. पुढे त्याच्या नशिबानं त्याला मथुरेला नेलं. तिथे त्यानं आपल्या दुष्ट कंसमामाचा वध केला. त्यानंतर त्याला मथुरेचा राजा होण्याची संधी चालून आली; पण ती त्यानं स्वीकारली नाही. जरासंध या त्याच्या शत्रूनं प्रजेची जी छळवणूक चालू केली होती, त्यापासून आणि युद्ध, यातना आणि मरण यांपासून त्यांना वाचवण्यासाठी तो द्वारकेला निघून गेला. महाभारतात जे मोठं युद्ध झालं, त्यात त्यानं स्वतः सेनानी म्हणून भाग घेतला नसला तरी, त्यानं अर्जुनाचा सारथी आणि मार्गदर्शक म्हणून काम केलं. त्यामुळे या युद्धाचं जे काही निष्पन्न झालं, त्यात

श्रीकृष्णानं बजावलेली भूमिका अत्यंत महत्त्वाची आहे.

कृष्णाची कथा भागवतामध्ये विस्तृतपणे वर्णन करून सांगण्यात आलेली आहे. भागवतामध्ये भगवान विष्णूंच्या सर्वच अवतारांविषयी लिहिलेलं आहे. रामायणाप्रमाणे भागवतही अनेक भाषांमध्ये लिहिलं गेलं आहे.

राम आणि कृष्ण यांच्यात एक फरक असा आहे, की कृष्णाची आपल्या मनातली प्रतिमा एका स्वच्छंदी प्रियकराची आहे. श्रीरामांच्या बाबतीत मात्र तसं नाही. कृष्ण आबालवृद्ध सर्वांचाच लाडका होता. तो एक मानव असला, तरीही त्याच्या सहवासात आलेल्या सर्वांना तो देवासारखाच भासायचा. सर्व जण त्याची भक्ती करायचे. त्याच्या गोपींसमवेत रासलीलेचं वर्णन करणारी अनेक भजनं आणि गाणी आहेत. या गाण्यांमधून राधा आणि कृष्ण यांच्या प्रेमाची कहाणी, तसंच पांडवांशी असलेलं त्याचं आगळंवेगळं मैत्रीचं नातं याची वर्णनं सापडतात. त्याच्या सर्वत्र आनंद पसरविण्याच्या वृत्तीमुळे आणि त्याच्या बासरीच्या सुरांमुळे लोक मंत्रमुग्ध होऊन जात. लोकांना तो त्यांच्या आयुष्यात आशेचा किरण घेऊन आल्याची भावना होई.

राम आणि कृष्ण यांच्या जीवनातल्या ज्या काही कथा सर्वत्र प्रचलित आहेत, त्या तर आपण सर्वांनी ऐकलेल्याच आहेत. त्या कथाच वेगवेगळ्या फरकाने आपल्याला पुस्तकांमधून किंवा इंटरनेटवर वाचायला मिळतात; परंतु राम आणि कृष्ण यांच्याकडे केवळ देव म्हणून न पाहता त्यांच्यातील माणूसपण कसं होतं, त्यावर प्रकाशझोत टाकण्याच्या इच्छेतून मी खोलवर संशोधन केलं आणि तेच सगळं संशोधन या पुस्तकाच्या रूपानं मी तुम्हा सर्वांपुढे ठेवत आहे.

अनुक्रमणिका

रघुनंदन राम

कृष्णं वंदे जगद्गुरू

रघुनंदन राम

सूर्यवंश

भारताच्या इतिहासाचा आढावा घेतला, तर आजवर इथे विविध वंशांच्या राजवटी होऊन गेल्या. त्यांमधील सर्वांत महत्त्वाचं घराणं म्हणजे सूर्यवंश. यालाच ईक्ष्वाकू म्हणतात. याचा शब्दशः अर्थ डोळ्यांना आनंद देणारा किंवा आल्हाददायक असा होतो. या वंशात अनेक महत्त्वपूर्ण राजे महाराजे होऊन गेले. उदाहरणार्थ, विश्वामित्र, हरिश्चंद्र, काकुत्स, राम.

कोणे एके काळी खट्वांग नावाचा एक राजा होऊन गेला. त्याचंच दुसरं नाव दिलीप. हा अत्यंत सामर्थ्यशाली, देखणा आणि शूर होता.

एक दिवस तो रस्त्याने चाललेला असताना त्याला दैवी कामधेनू उभी असलेली दिसली; परंतु तो तिला नमस्कार न करताच पुढे निघून गेला. कामधेनूचा स्वभाव मुळातच मृदू असल्याने तिला त्या गोष्टीचं काहीच वाटलं नाही; परंतु त्याच्या या कृत्यामुळे देव मात्र नाराज झाले. राजानं अशा प्रकारचं वर्तन करायला नको होतं, असं त्यांना वाटलं. ते म्हणाले, "गाय ही आपली माता आहे. ती आपल्याला दूध देते. दिलीप राजाला ही गोष्ट कळायलाच हवी. त्याला ही जाणीव जोपर्यंत होत नाही, तोपर्यंत त्याला संतती प्राप्त होणार नाही."

देवांच्या या शापामुळे दिलीप राजा नंतरची कित्येक वर्षं निपुत्रिकच राहिला. त्या गोष्टीचा त्याच्या मनाला खूप त्रास होत होता. 'आपल्यानंतर आपल्या राज्याला वारस कोण?' हा विचार वारंवार त्याच्या मनात येत असे.

त्यामुळे एक दिवस दिलीप राजा आपले गुरू वसिष्ठ मुनींकडे गेला. वसिष्ठ मुनी हे सप्तर्षींपैकी एक होते. तो त्यांना म्हणाला, "मुनिवर, माझ्या राज्याला वारस लाभेल की नाही?"

त्यावर मुनींनी त्याच्या प्रश्नाला थेट उत्तर देणं टाळलं. त्याऐवजी ते म्हणाले, "माझ्याकडे ही अनमोल अशी धेनू आहे. तिचं नाव नंदिनी. ही मी तुला देईन. तू

तिची अतिशय मनापासून काळजी घे. तिचं चारा-पाणी वेळच्या वेळी करत जा. एक गोष्ट लक्षात ठेव. हे काम तू आणि तुझ्या पत्नीने स्वत:च करायचं आहे. ते काम कोणाही दास-दासींवर सोपवून चालणार नाही. त्यासाठी तुला तुझा राजप्रासाद सोडून त्या धेनूसह इतर कुठेतरी जाऊन राहावं लागेल. कारण राजवाड्यात राहिलास, तर तुझ्या दैनंदिन जबाबदाऱ्यांमध्ये आणि इतर राजकीय कामांमध्ये तू तिला पुरेसा वेळ देऊ शकणार नाहीस आणि तिची हेळसांड होईल. तू जर नंदिनीचा खरोखर प्रेमाने आणि मनापासून सांभाळ केलास, तर तुझी मनोकामना निश्चित पूर्ण होईल.''

मग दिलीप राजाने वसिष्ठ मुनींच्या आदेशाचं पालन करून आपली पत्नी सुदक्षिणा आणि धेनू नंदिनी यांच्यासह राजप्रासादाचा त्याग करून रानावनात जाऊन राहायचं ठरवलं. रानात एका पर्णकुटीत ते तिघं राहू लागले. दिलीप राजा रोज सकाळी उठून नंदिनी धेनूला स्नान घालून कुरणात चरायला नेत असे. इकडे त्याची पत्नी तिचा गोठा स्वच्छ करून ठेवत असे. नंदिनीचं दूध काढणं, तिची काळजी घेणं हेही सुदक्षिणेचंच काम होतं. असा बराच काळ गेला. आता दिलीप राजा आणि नंदिनी धेनू यांच्यामध्ये असे काही प्रेमाचे अनुबंध निर्माण झाले होते, की तिला स्वतःपासून क्षणभरही दूर ठेवणं दिलीप राजाला अशक्य होऊन बसलं होतं.

एक दिवस चरायला निघाल्यावर नंदिनी जरा पुढे जाऊन एका वेगळ्याच कुरणात चरू लागली. दिलीप राजा आणि ती याआधी तिथे कधीच गेलेले नव्हते. अचानक कुठूनतरी एक अक्राळविक्राळ सिंह तिथे आला आणि नंदिनीच्या अंगावर झेप घेण्याचा पवित्रा त्यानं घेतला. दिलीप राजानं तत्काळ भात्यातला बाण काढून धनुष्याच्या प्रत्यंचेला लावला आणि तो बाण मारण्याच्या तयारीत नंदिनीच्या समोरच्या बाजूला उभा राहिला.

तेवढ्यात एक नवल घडलं. तो सिंह मानवी आवाजात म्हणाला, ''अरे दिलीप राजा, गाय हे तर माझं भक्ष्य आहे. मला जीवित राहण्यासाठी गाईंना मारून खावं लागतं. हा निसर्गाचा नियमच आहे. एक जीव हा दुसऱ्या जीवाचं भक्ष्य असतो. निसर्गाचं चक्र हे अशाच पद्धतीनं चालू असतं. त्यामुळे तू बाजूला हो आणि मला या गाईला खाऊ दे.''

पण दिलीप राजा आपल्या जागेपासून रेसभरसुद्धा हलला नाही. तो म्हणाला, ''निसर्गाच्या समतोलाबद्दल तू जे काही म्हणतो आहेस, ते जरी खरं असलं, तरी या नंदिनी गाईचं मी प्राणपणानं रक्षण करीन, असा शब्द मी माझ्या गुरुजींना दिलेला आहे. त्यामुळे मी माझं हे कर्तव्य कोणत्याही परिस्थितीत पार पाडणारच.''

दिलीप राजा आणि तो सिंह यांच्यात बराच वेळ अशी वादावादी चालूच राहिली; पण त्यातून काहीही निष्पन्न होत नव्हतं.

अखेर दिलीप राजा हताश होऊन म्हणाला, ''ठीक आहे. तुझी भूक जेव्हा

अनावर होईल, तेव्हा हवं तर तू मला खा; पण नंदिनीला काहीही होता कामा नये.''

त्याचे शब्द ऐकून तो सिंह अस्वस्थ होऊन मोठमोठ्यांदा गर्जना करू लागला. ''हा काय मूर्खपणा चालवला आहेस वीरेंद्रा. तू एक महान योद्धा आहेस. तू तुझ्या राज्याचं भूषण आहेस. तुझी प्रजा तुझ्यावर पूर्णपणे अवलंबून आहे. तुझी ही गाय मेली, तर तुला दुसरी गाय सहज मिळू शकेल, पण तुझ्या राज्याला अजून वारससुद्धा नाही आणि अशा परिस्थितीत जर तुझं निधन झालं, तर तुझ्या प्रजेला कुणीच वाली उरणार नाही.''

त्या सिंहाच्या बोलण्याचं महत्त्व दिलीप राजाला पुरेपूर उमगलं, पण नंदिनीची देखभाल आणि तिचं संरक्षण करण्याचं वचन त्यानं आपल्या गुरुजींना दिलेलं होतं. त्यामुळे तो आपल्या निर्णयाशी ठाम राहिला.

अचानक त्याच्या समोरून तो सिंह अदृश्य होऊन एक विजेचा लोळ आकाशाच्या दिशेनं झेपावला आणि त्याच वेळी आकाशवाणी झाली, ''हे दिलीप राजा, नंदिनी धेनूविषयीची तुझी कळकळ तसेच गुरूंना दिलेल्या वचनाला जागण्याचा तुझा निर्धार पाहून मी प्रसन्न झालो आहे. उर्वरित आयुष्यात तुझा उत्तरोत्तर उत्कर्षच होईल.''

या सर्व घटनांमुळे आश्चर्यानं थक्क झालेला दिलीप राजा आपल्या धेनूला घेऊन आपल्या पर्णकुटीकडे परतला.

पर्णकुटीच्या दारात वसिष्ठ मुनी त्याची वाट बघत थांबले होते. ''बाळा, तू माझ्या परीक्षेला उतरलास,'' ते स्मितहास्य करत म्हणाले. ''पूर्वी एकदा स्वतःच्याच तंद्रीत जात असताना तू कामधेनू या दैवी धेनूला जो मान द्यायचा तो दिला नव्हतास; पण आज या नंदिनीसाठी तू तुझे प्राण वेचण्यास तयार झालास. तुझ्या मनात ज्या काही इच्छा-आकांक्षा असतील त्या सर्वांची पूर्ती होवो, असा मी तुला आशीर्वाद देत आहे. आता तू परत पूर्वीसारखा तुझ्या राजप्रासादात परत गेलास तरी चालेल.''

मोठ्या जड हृदयानं दिलीप राजानं नंदिनी धेनूचा निरोप घेतला आणि आपली पत्नी सुदक्षिणा हिच्यासह तो राज्यात परत आला. पुढच्याच वर्षी त्यांना एका पुत्राची प्राप्ती झाली. त्यांनी त्याचं नाव रघू असं ठेवलं.

रघू हा एक अनन्यसाधारण मुलगा होता. तो देखणा, शूर आणि त्याचबरोबर सुस्वभावी होता. पुढे मोठा होऊन आपल्या वडिलांनंतर तो गादीवर बसला. त्याने अनेक राज्यं जिंकून आपल्या राज्याचा विस्तार केला. पुढे त्याच्या पराक्रमामुळे सूर्यवंशाचं नावही उज्ज्वल होऊन लोक त्याला रघुवंश म्हणूनही ओळखू लागले.

काही दिवसांनी रघूला एक पुत्र झाला. त्याचं नाव अज. हा अज अत्यंत कनवाळू होता. एक दिवस या अजाच्या नावानं दरबारात एक खलिता आला. विदर्भ देशाच्या राज्यकन्येचं स्वयंवर रचण्यात आलं होतं आणि त्याला उपस्थित राहण्यासाठी अजाला निमंत्रण देण्यात आलं होतं. त्या काळी राजेरजवाड्यांच्या कन्या उपवर

झाल्या की त्यांच्यासाठी अशा प्रकारचं स्वयंवर रचण्यात येत असे. त्यातून आपल्यासाठी सुयोग्य पतीची निवड प्रत्येक राज्यकन्या स्वतःच करत असे. अशा स्वयंवर सोहळ्याला देशोदेशीचे राजे-राजपुत्र उपस्थित राहून राजकन्येचा हात जिंकण्यासाठी प्रयत्न करत. उपस्थित असलेल्या सर्व विवाहेच्छू राजांच्या व राजकुमारांच्या गुणवैशिष्ट्यांची मांडवात घोषणा करण्यात येत असे. त्यानंतरच राजकन्या स्वतःला हव्या असलेल्या पुरुषाच्या गळ्यात वरमाला घालत असे.

विदर्भकन्या इंदुमती हिने अजाकडे नुसता एक दृष्टिक्षेप टाकला आणि तत्काळ तिने त्याच्या गळ्यात माळ घातली. त्या दोघांचा विवाह तिथेच संपन्न झाला आणि दोघे राज्यात परतले.

काही काळाने इंदुमती आणि अज हे दोघेही राजप्रासादासमोरच्या उद्यानातून फेरफटका मारत असताना अचानक आकाशातून इंदुमतीच्या अंगावर एक फूल पडलं. क्षणार्धात ती मृतावस्थेत जमिनीवर पडली. अजाच्या डोक्यावर जणू आकाशच कोसळलं. त्याच्या प्रिय पत्नीला काळाने त्याच्या डोळ्यांदेखत हिरावून नेलं होतं. तो जमिनीवर बसून तिच्या कलेवरापाशी गुडघे टेकून करुण रुदन करू लागला.

नेमके त्याच वेळी आकाशमार्गे नारदमुनी जात होते. अजाचा आक्रोश कानी पडताच ते त्याच्यापाशी येऊन उतरले. नारदमुनी हे भगवान विष्णूंचे निस्सीम भक्त. त्यांचा तिन्ही लोकांतून मुक्त संचार चालू असे. इंदुमतीच्या अंगावर पडलेलं ते फूल नारदांच्या स्वतःच्या तंबोऱ्यातूनच पडलं असल्याचं त्यांनी अजास सांगितलं.

''अजा, ते फूल अत्यंत वैशिष्ट्यपूर्ण आहे आणि तुझी पत्नी ही कुणी सामान्य स्त्री नव्हती. ती एक शापित अप्सरा होती. तिला मिळालेल्या शापामुळेच ती मानवी रूप धारण करून पृथ्वीतलावर आली होती. माझ्या तंबोऱ्यातून पडलेल्या फुलाचा स्पर्श तिच्या शिराला होताच ती शापमुक्त होईल, हे विधिलिखितच होतं. आता ती शापमुक्त होऊन परत स्वर्गात गेली आहे.''

नारदमुनींचं म्हणणं अजानं ऐकून घेतलं. ते त्याला पटलंसुद्धा; पण तरीही त्याला स्वतःच्या प्रिय पत्नीचा वियोग मुळीच सहन होत नव्हता. दुःखविव्हल झालेल्या अजानं आपलं राज्य आपला पुत्र दशरथ याच्या हाती सोपवलं आणि उर्वरित आयुष्य रानावनात घालवण्यासाठी तो निघाला.

दशरथ राजाला तीन पत्नी होत्या : कोसला राज्याची राजकन्या कौसल्या, मगध देशाची राजकुमारी सुमित्रा आणि कैकेय देशाची राजकन्या कैकयी. दशरथाच्या या तीनही राण्यांपासून त्याला एकूण चार पुत्र झाले. कौसल्येच्या पोटी रामानं जन्म घेतला. सुमित्रेच्या पोटी लक्ष्मण आणि शत्रुघ्न जन्माला आले आणि कैकयीच्या पोटी भरतानं जन्म घेतला.

या पुढे येणाऱ्या कथा दशरथाचा ज्येष्ठ पुत्र राम याच्याबद्दलच्या आहेत.

वारुळामधला माणूस

रत्नाकर हा रस्त्यावरच्या लोकांना दरडावून धमकावून त्यांच्याकडील धनसंपत्ती हिरावून घेणारा, लूटमार करणारा वाटमाऱ्या होता. घोड्यावरून किंवा पायी चालत निघालेल्या प्रवाशांना धाकदपटशा दाखवून त्यांना लुटणं, हाच त्याचा धंदा होता. त्यातल्या कुणी त्याला विरोध करण्याचा किंवा पळून जाण्याचा प्रयत्न केलाच, तर तो सरळसरळ त्यांचा काटा काढून त्यांच्या जवळचा ऐवज बळकावायलाही मागेपुढे पाहत नसे. त्याचं कुटुंब खूप मोठं होतं. त्यामुळे अशा प्रकारे वाटमारी करून लुटून नेलेली संपत्ती तो कुटुंबातील सदस्यांमध्ये वाटून टाकत असे.

एक दिवस रत्नाकर असाच चोरी करण्याच्या उद्देशाने एका झुडपाआड दडून बसलेला असताना त्याच्या जवळून एक मुनी जात असलेले त्यानं पाहिले. त्या मुनींच्या अंगावर भगवी वस्त्रं होती. हातात तंबोरा होता. ते स्वतःच्याच तंद्रीत भजन गात रस्त्यानं निघाले होते. रत्नाकरला वाटलं, 'यांच्या तंबोऱ्याच्या आतमध्ये नक्कीच काहीतरी मौल्यवान ऐवज दडवलेला असणार आणि चोरांनी आपल्याला पकडू नये म्हणून हे मुद्दामच असा संन्याशाचा वेश धारण करून निघालेले दिसत आहेत.'

त्यामुळे तो झुडपामागून बाहेर येऊन त्या मुनींची वाट अडवून उभा राहिला.

"ए, तुझ्याकडे जे काही असेल ते मुकाट्यानं मला देऊन टाक!" तो मोठ्यांदा ओरडला.

त्यावर ते मुनी स्मितहास्य करत म्हणाले, "अरे, माझ्याकडे असून असून काय असणार? मी तर केवळ भगवंताचं नाव बरोबर घेऊन निघालोय. हां, पण मी माझ्याकडचं सगळं काही ज्ञान तुला द्यायला तयार आहे."

"हे बघ, जास्त हुशारी दाखवू नको. एक सांग, तू आलास तरी कुठून? आणि तुझ्या या तंबोऱ्याच्या आत नक्की दडलंय तरी काय?'' रत्नाकर जोरात ओरडून म्हणाला.

''माझं नाव नारद. मी भगवान विष्णूंच्या निवासस्थानामधून निघालो. मी नक्की कुठे जाणार आहे, हे तर माझं मलासुद्धा माहीत नाही. जो कुणी माझं स्मरण करेल, त्याच्याकडे मी जाईन.'' नारदमुनी म्हणाले.

त्या संन्याशाच्या तोंडचं ते चमत्कारिक उत्तर ऐकून रत्नाकरला जरा उत्सुकता वाटली. शिवाय तो माणूस आपल्याला मुळीच घाबरत नाहीये, हे पाहूनही त्याला नवलच वाटलं.

नारदमुनी अत्यंत प्रेमभरे म्हणाले, ''बाळा, तू खरं तर किती मोठं पाप करत आहेस, स्वतःच्या नावे पापांच्या राशीच तू जमा करून ठेवत आहेस, याची तुला मुळीच जाणीव नाही असं दिसतंय. पण मला एक सांग, तू तुझं आयुष्य असं वाया का बरं घालवतो आहेस? त्यापेक्षा या मिळालेल्या आयुष्याचा सदुपयोग करून तू एक चांगला माणूस बनण्याचा प्रयत्न का नाही करत?''

त्या संन्याशाच्या बोलण्याचा मथितार्थ रत्नाकराच्या मुळीच ध्यानात आला नाही. ''आता मी काय पाप केलं?'' त्यानं बुचकळ्यात पडून विचारलं.

''हे बघ, तू जेव्हा जाणीवपूर्वक, हेतूपुरस्सर दुसऱ्या कुणाला तरी त्रास देतोस, तेव्हा ते एक पापकर्म असतं. पुढे तुला या पापाची शिक्षा तर नक्कीच होणार आहे.'' नारदमुनी त्याला समजावत म्हणाले.

''अहो, पण हे सगळं काही मी माझ्या एकट्यासाठी करतच नाहीये. मी जे काही मिळवतो, ते मी माझ्या कुटुंबीयांमध्ये वाटून टाकतो.'' रत्नाकर म्हणाला.

''मी तुला एक प्रश्न विचारू का?''

त्यावर रत्नाकर काहीच बोलला नाही. नुसता विस्फारित नजरेनं त्या संन्याशाकडे बघत राहिला.

''हे बघ, तू जसा लूटमार करून धनसंपत्तीचा संचय करत आहेस, त्याचप्रमाणे पापांचाही संचय करत आहेस. मग तुझे कुटुंबीय तुझ्या या पापाचे वाटेकरी होण्यास तयार आहेत का?''

''हो, अर्थातच!'' रत्नाकर आत्मविश्वासानं म्हणाला.

''मग तू असं कर, आत्ताच्या आत्ता घरी जा आणि तू केलेल्या पापाची शिक्षा भोगायला तुझे कुटुंबीय तयार आहेत का, ते त्यांना विचार. मी तोपर्यंत तुझी वाट बघत इथेच थांबतो.'' नारदमुनी म्हणाले.

''आणि मी घरी गेलो की तू इथून पोबारा करणार, हो ना?'' रत्नाकर उपहासानं म्हणाला.

''हे बघ, मी कुठेही जाणार नाही. पण तरीही तुझा जर माझ्या बोलण्यावर विश्वास नसेल, तर मग असं कर, तू मला या झाडाला बांधून ठेवून जा. तुझ्या कुटुंबीयांचं जे काही उत्तर असेल, ते मला इथे येऊन तू सांग. तोपर्यंत मी इथेच थांबेन.''

आजपर्यंत रत्नाकरानं इतका धीट प्रवासी कधीच पाहिलेला नव्हता. नारदमुनी निर्भय होते. त्यांचा चेहरा प्रसन्न होता. रत्नाकराच्या धमकावण्यांचा त्यांच्या मनावर जरासुद्धा परिणाम झालेला दिसत नव्हता. या संन्याशाच्या व्यक्तिमत्त्वात असं काहीतरी होतं, ज्यामुळे रत्नाकर त्यांच्याकडे खेचल्यासारखा झाला होता.

तो घाईगडबडीनं घरी गेला. त्याला नेहमीपेक्षा लवकरच घरी आलेलं पाहताच त्याची पत्नी आणि मुलं आनंदानं त्याच्या स्वागतासाठी पुढे आली. आज रत्नाकराला नक्कीच काहीतरी भलंमोठं घबाड मिळालेलं दिसतंय, असं त्यांना मनोमन वाटत होतं. पण त्याच्या हातात काहीच नाही, तो रिकाम्या हातानं घरी परतला आहे, हे जेव्हा त्यांच्या लक्षात आलं, तेव्हा त्यांच्या चेहऱ्यावर निराशा पसरली.

रत्नाकरानं सर्वांना आपल्याजवळ बोलावून घेऊन, प्रत्येकाला नावानं हाक मारून तो म्हणाला, ''आज नारद नावाच्या एका वाटसरूकडून मला एक गोष्ट नव्यानं समजली आहे. मी प्रवाशांना लुटून त्यांची संपत्ती हिरावून घेतो, हे पापकर्म आहे. आजवर मी इतकी जास्त पापं केलेली आहेत, की एक ना एक दिवस मला या पापांची शिक्षा तर भोगावीच लागणार. पण मी जे काही करत आलो, ते फक्त स्वतःसाठी करत नव्हतो; मी ते तुमच्यासाठीसुद्धा करत होतो. त्यामुळे माझ्या पापाचे वाटेकरी तुम्ही सर्व जणही आहात. मला जी काही शिक्षा मिळेल, ती माझ्या बरोबरीनं तुम्हालासुद्धा भोगावी लागणार. तर तुम्ही या गोष्टीशी सहमत आहात ना?''

त्याचे शब्द ऐकल्यानंतर जरा वेळ कुणीच काही बोलेना. सर्व जण गप्प उभे राहिले. त्यानंतर कुणीतरी म्हणालं, ''हे बघ रत्नाकरा, तू लूटमार करून लोकांची संपत्ती हिरावून आणतोस आणि आम्ही सर्व जण त्यातला वाटा घेतो, हे बरोबर आहे. पण तू लोकांना मारहाण करावीस, त्यांना दुःख द्यावंस, असं तर काही आम्ही तुला कधी सांगितलेलं नाही. तो निर्णय तुझा स्वतःचा होता. त्यामुळे तुझ्या पापाचे वाटेकरी आम्ही होणार नाही.''

हे ऐकून रत्नाकराला जबरदस्त धक्का बसला. त्याच्या तोंडून शब्दच फुटेना. तो आपल्या मुलांकडे वळला. मोठ्यांचं बोलणं ऐकून आपल्या वडिलांना काय उत्तर द्यायचं, ते मुलांच्याही ध्यानात आलं. त्यांनीही पापात वाटेकरी होण्यास साफ नकार दिला.

अखेर दुःखी अंतःकरणानं रत्नाकरानं आपल्या पत्नीकडे पाहिलं. आपली पत्नी आपल्याला आयुष्यभर सुखदुःखात साथ देणारी असल्यानं आपल्या संपत्तीबरोबरच आपल्या पापाचा वाटा उचलण्यास ती तरी नक्कीच तयार असेल, असं त्याला वाटत होतं. निदान तिच्यामुळे आपल्या पापांचं निम्मं ओझं तरी कमी होईल, असा त्याला विश्वास वाटत होता; पण तिनेसुद्धा नकारार्थी मान हलवली.

त्या संन्याशाचं म्हणणं किती खरं होतं हे रत्नाकराला कळून चुकलं. तो धावतच त्या जागी परत गेला. नारदमुनी एका वृक्षाखाली बसून 'नारायण, नारायण' असा जप करत होते.

रत्नाकर त्यांच्या पायावर कोसळून रडू लागला. "मुनिवर, आज तुम्ही माझ्या डोळ्यांत झणझणीत अंजन घातलं आहे. तुम्ही माझे डोळे उघडलेत. माझ्या पापाचा धनी होण्यास माझ्या घरचं कुणीच तयार नाही. माझं हे अवघं आयुष्य म्हणजे एक असत्यच आहे. मला या असल्या आयुष्यापासून कुठेतरी दूर निघून जायचं आहे. मला माझ्या हातून घडलेल्या या पापांबद्दल प्रायश्चित्त करायचं आहे. आता तुम्हीच मला त्यासाठी मार्गदर्शन करा."

नारदमुनींनी त्याचे खांदे पकडून त्याला उठवलं. "हे बघ बाळा, जर एखाद्या व्यक्तीला आयुष्यात कधी मार्गदर्शनाचा लाभच झालेला नसेल, तर त्या व्यक्तीच्या हातून चुका तर घडणारच." ते हळुवारपणे त्याला समजावत म्हणाले. "पण आता इथून पुढे तू ध्यानस्थ बसून सर्व लक्ष ईश्वरावर केंद्रित कर. लवकरच तुझ्या आयुष्याचं नेमकं ध्येय काय, हे तुला कळून चुकेल. तू इथून पुढे रामनामाचा जप कर. कालांतरानं तुला आपल्या आयुष्याचं गमक काय आहे, ते कळेल. फक्त रामनामाचा जप मात्र अव्याहत चालू ठेव. कारण हे तर भगवंताचंच नाव आहे."

त्यानंतर रत्नाकरानं रामनामाचं उच्चारण करण्याचा खूप प्रयत्न केला; पण त्याची जीभच वळत नव्हती. ईश्वराचं ते पवित्र नाम त्याच्या तोंडून बाहेर पडत नव्हतं.

त्याची ती केविलवाणी धडपड पाहून नारदमुनी त्याला म्हणाले, "त्यापेक्षा मी काय सांगतो, ते ऐक. तुला मरा नावाची कुणी व्यक्ती माहिती आहे का?"

"हो. या नावाचा माझा एक मित्र होता." रत्नाकर म्हणाला.

"हे तर फारच उत्तम. मग असं कर, तू सातत्याने तुझ्या त्या मित्राच्या नावाचाच जप कर." नारद हसून म्हणाले. त्यानंतर रत्नाकराचा निरोप घेऊन ते त्यांच्या वाटेनं निघून गेले.

एक चांगली जागा शोधून रत्नाकर तिथे मांडी घालून बसला. त्यानं तोंडानं अविरत जप सुरू केला, "मरा, मरा, मरा." जरा वेळातच त्याच्या मुखातून आपोआपच 'राम, राम, राम' असा ध्वनी उमटू लागला.

अशी कित्येक वर्षं लोटली. हळूहळू मुंग्यांनी त्याच्या अंगाभोवती वारूळ बांधण्यास सुरुवात केली. परंतु त्या गोष्टीनं किंचितही विचलित न होता रत्नाकरानं नामस्मरण चालूच ठेवलं. कालांतरानं लोकांनी रत्नाकराचं 'वाल्मीकी' असं नामकरण करून टाकलं. वाल्मीक याचा अर्थ मुंग्यांचं वारूळ. त्यामुळे मुंग्यांचं वारूळ स्वतःच्या अंगावर वागवणारा तो वाल्मीकी. पुढे रत्नाकरचं मूळ नाव लुप्त पावून

त्याचं वाल्मीकी हे नावच रूढ झालं.

अखेर एक दिवस नारदमुनी परत तिथे आले. त्यांनी वाल्मीकीच्या अंगावरचं मुंग्यांचं वारूळ काढून टाकलं. त्याबरोबर वाल्मीकीने डोळे उघडले. नारदमुनींनी त्याला आशीर्वाद दिला. वाल्मीकीने एक आश्रम बांधून त्यात राहावं, असंही त्यांनी सुचवलं. लवकरच एक ज्ञानसंपन्न, तपोवृद्ध ऋषी म्हणून वाल्मीकीची कीर्ती सर्वदूर पसरली.

एक दिवस वाल्मीकी ऋषी गंगेच्या तीरी स्नानासाठी निघालेले असताना त्यांना वाटेत तमसा नावाचा खळाळत्या पाण्याचा प्रवाह दिसला. वाल्मीकींनी मनात विचार केला, ''हे पाणी किती शुद्ध, निर्मळ आहे. शुद्ध, पवित्र मनाप्रमाणेच हे पाणी आहे. आज इथे याच पाण्यात स्नान करावं.''

मग त्यांनी त्या निर्झराच्या कडेला आपलं सामान ठेवलं. इतक्यात त्यांना वृक्षापाशी एक अत्यंत सुंदर अशी क्रौंच पक्ष्यांची जोडी दिसली. ते दृश्य पाहून ते समाधानाने हसले.

इतक्यात कुठूनतरी एक बाण आला. त्या बाणाने त्या जोडीतील नराचा वेध घेतला. त्यामुळे शोकविव्हल झालेल्या मादीने करुण रुदन सुरू केलं आणि क्षणार्धात तिनंही प्राण सोडले. वाल्मीकी ऋषींच्या हृदयात वेदनेची कळ उमटली. त्यांचं शरीर क्रोधानं कंपित होऊ लागलं. आपल्या बाणानं या पक्ष्याचा वध कुणी केला हे पाहण्यासाठी त्यांनी आजूबाजूला नजर फिरवली. त्यांना जवळच एक शिकारी दिसला. त्याच्या हातात धनुष्य आणि पाठीवरच्या भात्यात बाण होते. संतप्त अवस्थेत वाल्मीकी ऋषींच्या तोंडून शापवाणी बाहेर पडली.

मा निषाद प्रतिष्ठां त्वमगमः शाश्वती समाः ।
यत् क्रौंच मिथुनादेकं अवधीः काममोहितम् ॥

'हे निषादा (शिकाऱ्या), तुला अनंत काळापर्यंत शांती आणि समाधान लाभणार नाही, कारण एकमेकांच्या प्रेमात आकंठ बुडून गेलेल्या या सुंदर पक्षी युगुलामधील एकाचा तू अत्यंत क्रूरपणे वध केलास.'

पुढे कालांतरानं वाल्मीकींनी जेव्हा रामायण श्लोकबद्ध करायला घेतलं, तेव्हा हा श्लोक त्या रामायणाच्या कथेचा प्रथम श्लोक बनला.

म्हणूनच आज वाल्मीकींचा आद्य कवी असा अतिशय आदरानं उल्लेख केला जातो, तसंच रामायण हे आद्य काव्य मानण्यात येतं.

काळाचं मोजमाप

खूप खूप वर्षांपूर्वी विदेह नावाच्या देशात निमी नावाचा राजा राज्य करत होता. विदेह देशाची राजधानी म्हणजे मिथिलानगरी.

एक दिवस या निमी राजाने खूप मोठा यज्ञ करायचं ठरवलं आणि त्यानं वसिष्ठ मुनींना त्या यज्ञाचं पौरोहित्य करण्याची विनंती केली; परंतु मुनींनी ती अमान्य केली. "मला क्षमा करा. पण त्याच दिवशी माझं इंद्रदेवांच्या बरोबर एक महत्त्वाचं काम असल्यामुळे मी ही जबाबदारी स्वीकारू शकत नाही; परंतु तुम्ही यज्ञाला प्रारंभ करा. मी जरासा उशिरानं या यज्ञात सहभागी होईन."

मग निमी राजानं गौतम ऋषींना यज्ञास प्रारंभ करण्यास सांगितलं. वसिष्ठ ऋषी परत आले की पौरोहित्याची धुरा ते स्वतःकडे घेऊ शकले असते.

परंतु दुर्दैवानं निमी राजाच्या हातून एक प्रमाद घडला. आपण या यज्ञास नेमका कधी, कोणत्या दिवशी, कोणत्या वेळी प्रारंभ करणार आहोत हे त्यानं वसिष्ठ मुनींच्या कानावर घातलं नाही. त्यामुळे आपलं काम संपवून वसिष्ठ मुनी जेव्हा परत आले, तेव्हा तो यज्ञ जवळजवळ पूर्णत्वास येऊन पोहोचलेला होता. वसिष्ठ मुनींना आता त्यात करण्यासारखं काहीच शिल्लक नव्हतं. ते पाहून वसिष्ठ मुनी अतिशय क्रोधित झाले. ते निमी राजाला म्हणाले, "तू अत्यंत बेजबाबदार राजा आहेस. यज्ञ करायचा, तर त्याची व्यवस्थित पूर्वतयारी हवी, उत्तम नियोजन हवं. यज्ञ करणारी व्यक्ती त्यासाठी तयार हवी. त्या सर्वांसाठी वेळ लागतो, पण तू मला यज्ञाची नियोजित वेळ सांगायला कसा काय विसरलास?"

निमी राजानं स्वतःची चूक मान्य केली. "मुनिवर, तुमचा राग तर रास्तच आहे. तुमचं कूळ हे गेल्या कित्येक पिढ्यांपासून माझ्या वंशाच्या गुरुस्थानी आहे आणि माझ्यासाठी, माझ्या संपूर्ण घराण्यासाठी एका गुरूचं महत्त्व हे अनन्यसाधारण आहे. माझ्या बेजबाबदार वर्तनानं मी खूप मोठी चूक केली आहे. मी नकळत तुमचा

अपमान केलेला आहे. माझ्या पूर्वजांना माझं हे वर्तन पाहून किती खंत वाटली असेल. माझा हा अपराध इतका मोठा आहे, की इथून पुढे मला जगण्याची इच्छाच नाही.''

त्याचं ते बोलणं ऐकून वसिष्ठ ऋषी विचारात पडले. राजाच्या हातून खरंच खूप मोठी आगळीक घडली होती. त्याच्या मनाची घालमेल ऋषी समजू शकत होते.

राजा पुढे म्हणाला, ''माझी तुम्हाला फक्त एकच विनंती आहे. मी या देहाचा त्याग करून गेल्यानंतरसुद्धा मला माझ्या प्रजाजनांच्या नजरेतून हे जग रोजच्या रोज दिसलं पाहिजे, अशी काहीतरी योजना करा.''

वसिष्ठ मुनींनी क्षणार्धात नुसती मान डोलावल्यावर निमी राजाचं रूपांतर डोळ्याच्या पापणीत झालं. संस्कृतमध्ये पापणीला निमी असं म्हणतात. त्यामुळेच डोळ्याची पापणी लवण्यासाठी जो काही वेळ लागतो, त्यालाच निमिष असं म्हणतात.

स्वर्गापासून पृथ्वीपर्यंत

ईक्ष्वाकू वंशाचा बहू राजा हा एक दुर्जन होता. त्याला आपल्या प्रजेच्या हिताचा जरासुद्धा कळवळा नव्हता. राज्याच्या संरक्षणाची काहीही फिकीर नव्हती. तो नेहमी मदिराप्राशन करण्यात किंवा द्यूत खेळण्यात गर्क असायचा. राज्यकारभार करण्याची त्याची पात्रताच नव्हती.

साहजिकच त्याचं राज्य कमजोर झालेलं होतं. ही संधी साधून शेजारच्या राज्याच्या राजाने बहू राजाच्या राज्यावर आक्रमण केलं. बहू राजा आपल्या दोन राण्यांना घेऊन रानावनात पळून गेला. तो वनात भार्गव ऋषींच्या आश्रमात त्यांच्या आश्रयाला आला. त्यात भरीस भर म्हणून त्याच्या दोन राण्यांपैकी एक गर्भवती होती. दुसऱ्या राणीला तिचा मत्सर वाटू लागला. त्यामुळे तिने त्या गर्भवती असलेल्या राणीवर विषप्रयोग केला. परंतु ही गोष्ट भार्गव मुनींच्या लक्षात आल्यामुळे ते तिच्या मदतीस धावले. राणीच्या शरीरातून ते विष उतरवण्याचा त्यांनी आटोकाट प्रयत्न केला; परंतु त्यात त्यांना संपूर्णतया यश आलं नाही. परिणामी जे बालक जन्माला आलं, त्याच्या रक्तात विषाचा काही अंश शिल्लक होता. त्यामुळे त्याचं नामकरण 'सगर' (म्हणजे विषासहित) असं करण्यात आलं. सगर भार्गव ऋषींच्या आश्रमात लहानाचा मोठा झाला. तिथे तो युद्धविद्येत पारंगत झाला आणि त्याला अतिशय उच्च दर्जाचं ज्ञान प्राप्त झालं.

कालांतरानं त्यानं आपल्या पित्याचं गेलेलं राज्य परत मिळवलं. तो एक उत्तम आणि लोककल्याणकारी शासनकर्ता बनला. त्याला दोन राण्या होत्या. पहिल्या राणीपासून त्याला जो पुत्र झाला त्याचं असमंजस असं नामकरण करण्यात आलं. दुसऱ्या पत्नीनं फार मोठी खडतर तपश्चर्या केली. त्यामुळे तिला साठ हजार पुत्रांची प्राप्ती झाली. या सर्व पुत्रांनी एकत्रितपणे एक जलाशय निर्माण करण्यासाठी खोदायला सुरुवात केली. बघताबघता त्याचा समुद्र तयार झाला. त्यामुळेच

समुद्राला सगराच्या पुत्रांनी निर्माण केलेला 'सागर' असं म्हणतात.

असमंजस हा आपल्या आजोबांप्रमाणेच अत्यंत दुर्गुणी होता. त्याचे साठ हजार सावत्र भाऊसुद्धा तसेच दुराचारी होते. आपल्या या दुर्गुणी मुलांना चांगलं वळण लावावं, भविष्यातील उत्तम शासनकर्ते घडवावे यासाठी सगर आटोकाट प्रयत्न करत असे.

एक राजाधिराज म्हणून आपलं वर्चस्व प्रस्थापित करण्यासाठी सगर राजानं एकदा अश्वमेध यज्ञ करायचं ठरवलं. हा यज्ञ जो कोणी करेल, त्या राजाचा घोडा यज्ञानंतर एक वर्षासाठी मोकळा सोडण्यात येतो. त्यानंतर हा घोडा जो मुलूख पादाक्रांत करेल, त्या मुलुखातील राजांना अश्वमेध करणाऱ्या राजाचं मांडलिकत्व तरी पत्करावं लागतं, नाहीतर मग तो घोडा अडवून घोड्यासोबत आलेल्या सेनेशी दोन हात करावे लागतात. एक वर्षानंतर घोडा जेव्हा मूळ राज्यात परत येतो, तेव्हा यज्ञ करणाऱ्या राजाचं सार्वभौमत्व प्रस्थापित होतं.

सगर राजाच्या या बेताची इंद्रदेवाला कुणकुण लागली. त्यातून जे काही निष्पन्न होऊ शकलं असतं, त्याला घाबरून सगरानं सोडलेल्या घोड्याचं इंद्रानं अपहरण केलं. सगराच्या साठ हजार मुलांनी त्या घोड्याचा सर्वत्र खूप शोध घेतला, पण त्याचा काहीच उपयोग झाला नाही. असाच शोध घेता घेता त्या मुलांना एक ध्यानस्थ योगी दिसला. त्या योग्याचं नाव होतं कपिल. मग त्या मुलांपैकी एकानं कपिलकडे त्या घोड्याविषयी विचारणा केली; परंतु योगी समाधीमध्ये मग्न असल्यानं त्यानं त्या प्रश्नाला काहीही उत्तर दिलं नाही. मुलांना त्या गोष्टीचा फारच अपमान वाटला. त्यामुळे त्यांनी कपिलास तडाखे मारण्यास सुरुवात केली. अखेर कपिलाची समाधी भंग पावल्यामुळे त्यानं डोळे उघडले. त्याचे डोळे संतापामुळे लाल झाले होते. त्यातून अंगारांचा वर्षाव होऊन त्यात ती सर्व मुलं जळून गेली आणि त्यांची राखरांगोळी झाली.

सगर राजाला आपल्या मुलांच्या निधनाची वार्ता समजताच तो त्वरेनं कपिल मुनींकडे धावला. त्यांच्यासमोर हात जोडून तो म्हणाला, "मुनिवर, माझ्या मुलांच्या हातून अक्षम्य प्रमाद घडलेला आहे, याची मला जाणीव आहे; परंतु त्यांनी आयुष्यात बरीच सत्कर्मंसुद्धा केलेली आहेत. या पृथ्वीवरील जीवनाला आवश्यक असा सागर त्यांनी निर्माण केला आहे. त्यामुळे माझ्या मुलांना तुम्ही कृपया मोक्षप्राप्तीवाचून वंचित ठेवू नये, अशी मी तुम्हाला प्रार्थना करत आहे."

कपिल मुनी कनवाळू होते. त्यामुळे ते म्हणाले, "तुझ्या मुलांना मोक्षप्राप्ती व्हावी असं तुला वाटत असेल, तर त्यासाठी त्यांच्या रक्षेवरून गंगा नदीचं पाणी वाहत गेलं पाहिजे; तरच तुझी मुलं स्वर्गात जातील."

त्यामुळे सगर राजानं ईश्वराची आराधना सुरू केली. गंगा नदीचं पाणी आपल्या

मुलांच्या रक्षेवरून वाहून त्यांना मुक्ती मिळावी यासाठी त्यानं कठोर तपश्चर्या सुरू केली. परंतु त्याची तपश्चर्या पूर्ण होण्याआधीच तो मरण पावला.

त्यानंतर अनेक वर्षांनी सगराच्या कुळामध्ये भगीरथाचा जन्म झाला. तो राजगादीवर बसला. कपिल मुनींनी आपल्या पूर्वजांना कसा शाप दिला होता, त्याची कथा त्याला समजली. पूर्वजांना मुक्ती मिळावी यासाठी त्यानं ईश्वराची आराधना सुरू केली. काही काळानं स्वतः भगवान विष्णू त्याच्यासमोर प्रकट झाले. ते म्हणाले, ''भगीरथा, आता मार्ग तर निश्चित झालेला आहे. आता तू गंगेची प्रार्थना कर आणि तुझ्या पूर्वजांच्या रक्षेवरून वाहण्याची तिच्याकडे विनंती कर.''

त्यानुसार भगीरथानं अत्यंत मनोभावे गंगा नदीची आराधना करण्यास सुरुवात केली. गंगा नदीचं उगमस्थान भगवान विष्णूंच्या चरणापाशी होतं. अशा या गंगा नदीला स्वर्गातून खाली उतरून पृथ्वीतलावर आणणं म्हणजे महा कर्मकठीण काम होतं; परंतु त्यानं आपल्या हृदयाची आणि आत्म्याची सर्व शक्ती एकवटून तपस्या सुरू केली.

अखेर एक दिवस गंगा प्रकट झाली. भगीरथाची विनंती ऐकून ती म्हणाली, ''माझ्या प्रवाहाचं सामर्थ्य इतकं जास्त आहे की, पृथ्वीला त्याचा भार सहन होणार नाही. त्यामुळे तू भगवान शंकरांची भक्ती करून माझ्या प्रपाताचा आवेग पृथ्वीला सोसवेल इतका कमी करण्याची त्यांना विनंती कर.''

मग भगीरथ भगवान शंकरांची तपश्चर्या करू लागला. अखेर भगवान शंकर स्वतः त्याच्यासमोर प्रकट झाले. स्वर्गातून खाली उतरल्यावर गंगेला आपण प्रथम आपल्या शिरावर धारण करू आणि आपल्या जटांमधून नंतरच ती खाली उतरेल. अशा रीतीनं तिच्या प्रपाताचा वेग आणि तीव्रता थोडी कमी करता येईल, असं त्यांनी सुचवलं.

त्यानुसार गंगा स्वर्गातून पृथ्वीकडे निघाली. भगवान शंकरांनी आपले केस मस्तकावर बांधून ठेवले आणि गंगेला शिरावर धारण केलं. एका वेळी एकाच प्रवाहाला त्यांनी पृथ्वीवर सोडलं. त्या दिवसानंतर भगवान शंकरांना सर्व जण गंगाधर म्हणून ओळखू लागले. त्याचप्रमाणे भगीरथानं भगवान विष्णूची आणि शंकराची आराधना आणि कठोर तपश्चर्या करून महत्प्रयासांनी गंगेला पृथ्वीवर आणलं, म्हणून गंगेला भागीरथी हे नाव पडलं.

भगवान शंकरांनी गंगेच्या प्रपाताचा वेग आटोक्यात ठेवण्याचा कितीही प्रयत्न केला, तरीसुद्धा एक दिवस जान्हू मुनींचा आश्रम गंगेच्या प्रवाहानं वेढून टाकला. सगळा आश्रम जलमय झाला. जान्हू मुनी संतप्त झाले. त्यांनी गंगा नदीचं सगळं पाणी पिऊन टाकलं. त्यामुळे गंगेला पुढेच जाता येईना. ही नव्यानं उद्भवलेली समस्या पाहून भगीरथ निराश झाला. त्यानं परत एकदा भगवान विष्णू आणि

भगवान शंकर यांची आराधना केली.

अखेर जान्हू मुनींनी आपला हट्ट सोडला आणि आपल्या दोन्ही कानांद्वारा गंगा नदीला बाहेर येण्यास वाट दिली. त्यामुळेच गंगेला जान्हवी असंही म्हणतात. अखेर गंगा नदी पुढे जाऊन सगर राजाच्या मुलांच्या रक्षेवरून वाहिली आणि त्यांना मुक्ती मिळाली.

भारतातील लोक अजूनही असं मानतात, की जर मृत व्यक्तीची रक्षा गंगेला अर्पण केली किंवा मरणासन्न व्यक्तीच्या मुखात गंगाजल घातलं, तर त्या व्यक्तीला मोक्षप्राप्ती होते. आज ज्याला आपण बंगालचा उपसागर म्हणतो, त्यालाच पुरातन काळी गंगासागर किंवा पूर्व समुद्र म्हणत असत. अरबी समुद्राला त्या काळी सिंधूसागर किंवा पश्चिम समुद्र असं म्हणत असत.

गंगा नदीचा उगम हिमालयातील एका हिमनदीतून होतो. गंगेच्या उगमाला गोमुख असं म्हणतात. गंगोत्री या ठिकाणापासून हे उगमस्थान खूप जवळ आहे. पुढे जाऊन ही नदी बंगालच्या उपसागराला मिळते. गंगा नदीच्या प्रवाहाला पुढे अलका, नंदा, यमुना, सरस्वती, शरयू, गंडक अशा इतर अनेक नद्या येऊन मिळतात. गंगोत्रीच्या जवळ एक मोठा खडक आहे. या खडकावर बसूनच भगीरथानं तपश्चर्या केली, असं लोक मानतात. येथे भगीरथ आणि गंगा यांचे पुतळेसुद्धा आहेत. पश्चिम बंगालमधील कपिल मुनींच्या आश्रमातसुद्धा अशा प्रकारचे पुतळे पाहायला मिळतात.

भगीरथानं गंगेला पृथ्वीवर आणण्यासाठी प्रयत्नांची पराकाष्ठा केली. त्यामुळेच 'भगीरथ प्रयत्न' हा शब्दप्रयोग प्रचलित झाला. कोणतीही गोष्ट प्राप्त करण्यासाठी कुणी जेव्हा कधी अशा प्रकारचे अथक प्रयत्न करतो, तेव्हा त्याला आपण भगीरथ प्रयत्न म्हणतो.

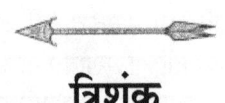

त्रिशंकू

अयोध्येच्या सूर्यवंशामध्ये सत्यव्रत नावाचा एक राजा होऊन गेला. तो एक लोककल्याणकारी, प्रजाहितदक्ष असा राजा होता. तो जेव्हा वयोवृद्ध झाला, तेव्हा त्यानं आपल्या राज्याची सूत्रं आपला पुत्र हरिश्चंद्र याच्या हाती सोपवली.

सत्यव्रताची एक इच्छा होती. त्याला मृत्यूनंतर सदेह स्वर्गाला जायचं होतं. त्या कामात त्यानं त्याचे गुरू वसिष्ठ मुनींची मदत मागितली. कोणत्याही मर्त्य जीवानं मृत्यूनंतर स्वर्गात जाणं, हेच मुळात निसर्गाच्या नियमाला सोडून आहे, शिवाय स्वर्गस्थ देवदेवता ही गोष्ट कधीही मान्य करणार नाहीत, हे सत्यव्रत राजाला समजावून सांगण्याचा वसिष्ठ मुनींनी खूप प्रयत्न केला; पण सत्यव्रत या बाबतीत मात्र कुणाचंही ऐकून घेण्यास तयारच नव्हता.

वसिष्ठ मुनी त्याला म्हणाले, "हे सत्यव्रता, तू आयुष्यभर इतकी सत्कृत्यं केलेली आहेस, की मृत्यूनंतर तुला स्वर्गप्राप्ती होणार यात काहीच शंका नाही; परंतु स्वर्गाकडे प्रयाण करण्याआधी तुला तुझ्या पार्थिव देहाचा त्याग तर करावाच लागणार. अरे, हा सृष्टीचाच नियम आहे."

परंतु सत्यव्रत आपल्या निश्चयापासून तसूभरही ढळला नाही. आता त्याने वसिष्ठ मुनींचा ज्येष्ठ पुत्र शक्तीवर खूपच दडपण आणलं. इतकंच काय, पण हे काम केल्यावर आपण पाहिजे तेवढी धनसंपत्ती देण्यास तयार आहोत, असंही त्यानं शक्तीला सांगितलं. राजा आपल्याला लालूच दाखवत आहे, ही गोष्ट शक्तीला सहन झाली नाही. त्याला खूप अपमान वाटला. वसिष्ठ मुनींनासुद्धा ही गोष्ट समजल्यावर ते संतप्त झाले. त्यांनी सत्यव्रताला शाप दिला. ते म्हणाले, "राजा, तुझ्याकडून तीन मोठे अपराध घडले आहेत. तू तुझ्या गुरूंचा उपदेश ऐकला नाहीस. तुझी मनोकामना पूर्ण करण्यासाठी तू अवैध मार्गाचा अवलंब करण्याचा प्रयत्न केलास आणि तू सदेह स्वर्गाला जाण्याची अनैसर्गिक इच्छा मनात बाळगलीस.

त्यामुळे आजपासून सगळं जग तुला त्रिशंकू या नावानं ओळखेल. आणि या जगात तू मनःशांतीविना नुसता ध्येयशून्य भरकटत राहशील.''

त्यानुसार त्रिशंकू रानावनातून, देशविदेशांतून भरकटत राहिला. भटकत असताना त्याची गाठ विश्वामित्र ऋषींशी पडली. हे ऋषी स्वतःसुद्धा सूर्यवंशातीलच होते. विश्वामित्र ऋषी हे राजकुळात उत्पन्न झाले; परंतु त्यांनी राजगादीचा त्याग केला, सर्व ऐहिक सुखांचा परित्याग केला आणि एका तपस्वीचं जीवन स्वीकारलं; परंतु अजूनही ते आपल्या मनातील असूया आणि क्रोध या दोन्ही भावनांना बाहेर काढू शकले नव्हते. त्यामुळेच त्यांना ब्रह्मज्ञान प्राप्त झालेलं नव्हतं.

त्रिशंकूशी त्यांची जेव्हा भेट झाली, तेव्हा त्यांना त्याच्या दिशाहीन भरकटण्यामागचं कारण कळलं. वसिष्ठ मुनींवर कुरघोडी करण्याची एक चांगली संधी चालून आली आहे, असं विश्वामित्रांना वाटलं. मग त्यांनी आपलं सर्व सामर्थ्य पणाला लावून या सत्यव्रत राजाला सदेह स्वर्गात पाठवायचंच, असा पण केला.

"सत्यव्रता, तू अजिबात चिंता करू नको. आता तुझी सदेह स्वर्गात जाण्याची इच्छा पूर्ण करण्याची जबाबदारी मी घेत आहे.'' विश्वामित्र म्हणाले.

विश्वामित्रांनी असं काहीही करू नये, यासाठी त्यांचं मन वळवण्याचा इतर अनेक ऋषी-मुनींनी प्रयत्न केला, पण विश्वामित्र कुणाचंही ऐकण्यास तयार नव्हते. त्यांनी आपल्या योगसामर्थ्याचा वापर करून ही गोष्ट साध्य करण्याच्या दृष्टीनं तपश्चर्या सुरू केली. काही काळानं त्रिशंकूला त्याचं शरीर हलकं होऊन स्वर्गाच्या दिशेनं खेचलं जात असल्याची जाणीव झाली. तो हर्षभरित झाला.

इकडे स्वर्गातील देवदेवतांना काहीतरी अघटित घडत असल्याची जाणीव झाली. त्यामुळे नक्की काय घडतंय, ते पाहण्यासाठी ते एकत्र जमले.

"जर पृथ्वीतलावरील प्रत्येकच ऋषी-मुनी अशा प्रकारे आपल्या योगसामर्थ्यानं मनुष्यप्राण्यांना सदेह स्वर्गात पाठवू लागले, तर काही काळात सगळा स्वर्ग या मर्त्य मानवांनी भरून जाईल; मग तो स्वर्ग राहणारच नाही.'' एक देव म्हणाले.

यावर आता तातडीनं काहीतरी उपाययोजना केलीच पाहिजे, यावर सर्व देवदेवतांचं एकमत झालं. इंद्रदेव पुढे झाले. त्यांनी त्रिशंकूला पृथ्वीच्या दिशेनं खाली ढकलण्यास सुरुवात केली.

इकडे त्रिशंकू परत पृथ्वीच्या दिशेनं येत असल्याची विश्वामित्रांना जाणीव झाली. त्यामुळे त्यांना इंद्रदेवांचा राग आला. त्यांनी परत आपलं सर्व योगसामर्थ्य पणाला लावून त्रिशंकूच्या शरीराला स्वर्गाकडे ढकलण्यास सुरुवात केली. इंद्रदेव आणि विश्वामित्र यांच्यात अशी चुरस सुरू झाली. कोणीच मागे हटण्यास तयार नव्हतं. अखेर त्रिशंकूचा देह उलटा होऊन स्वर्ग आणि पृथ्वी लोकांच्या सीमारेषेवर तरंगत राहिला. त्याला आता स्वर्गातही जाता येईना आणि पृथ्वीवर परतसुद्धा येता येईना.

आता या परिस्थितीतून मार्ग कसा काढायचा या विचाराने इंद्रदेव चिंतित झाले. ते स्वतः विश्वामित्रांची समजूत काढण्यासाठी त्यांच्याकडे गेले. "मुनिवर, तुम्ही आत्ता जे काही करत आहात, त्यामुळे पृथ्वीवरील मर्त्य जीवांमध्ये एक भलताच पायंडा पडणार आहे. स्वर्गावर आधिपत्य कुणाचं, पृथ्वीवर कुणाचं याविषयी संघर्ष निर्माण होणार आहे आणि आपल्याला सर्वांनाच भविष्यात युद्ध व्हायला नको आहे, तर शांतता हवी आहे. त्यामुळेच जोपर्यंत मानवानं आपलं शरीर धारण केलेलं असेल, तोपर्यंत त्याला स्वर्गात प्रवेश देणं उचित नाही."

खूप प्रयत्नांनंतर इंद्रदेव विश्वामित्रांची समजूत काढू शकले; परंतु आता यामुळे विश्वामित्र मोठ्याच कठीण परिस्थितीत सापडले. एकीकडे स्वर्गस्थ देवदेवतांचं म्हणणं त्यांना पटलं होतं, पण त्याचबरोबर ते त्रिशंकूला वचन देऊन बसले होते. त्या वचनाचा भंग करणंही त्यांच्या मनाला योग्य वाटत नव्हतं. त्यामुळे स्वर्गलोक आणि पृथ्वीलोक या दोन्हीच्या मधोमध विश्वामित्रांनी त्रिशंकूसाठी एका स्वतंत्र स्वर्गाची निर्मिती केली.

त्यामुळेच जेव्हा एखादी व्यक्ती आपल्या इच्छा-आकांक्षांमध्ये आणि ऐहिक सुखांमध्ये अडकून पडते आणि तिची ना धड इकडे ना तिकडे अशी अवस्था होते, तेव्हा त्याला त्रिशंकू अवस्था असं म्हणतात.

वचनाचं वचन

राजा हरिश्चंद्र हा त्याच्या न्यायप्रियतेसाठी प्रसिद्ध होता. त्याची पत्नी तारामती ही अत्यंत श्रद्धाळू आणि सदाचरणी होती. त्यांना रोहिताश्व नावाचा एक पुत्र होता. राजा हरिश्चंद्र हा अत्यंत धार्मिक प्रवृत्तीचा होता. तो नेहमीच धर्मानं वागत असे. त्याला धर्माच्या मार्गापासून कोणीही परावृत्त करू शकत नसे.

एकदा सर्व देवदेवता आणि ऋषी-मुनी यांच्यात एका विषयावर जोरदार चर्चा रंगली होती. या पृथ्वीतलावर सर्वांत जास्त धर्माचं पालन करणारा राजा कोण, याविषयी ती चर्चा होती. तेव्हा सूर्यवंशाचे कुलगुरू असलेले वसिष्ठ मुनी म्हणाले, ''धर्माचं पालन करण्याच्या बाबतीत राजा हरिश्चंद्राचा हात धरू शकेल असा कोणीही राजा या पृथ्वीतलावर नाही.''

त्यांचे हे उद्गार अनेक देवदेवतांना त्याचप्रमाणे विश्वामित्र ऋषींना खटकले. एखादा मर्त्य मानव देवादिकांपेक्षा श्रेष्ठ कसा काय असू शकतो, असं त्या सर्वांचं म्हणणं होतं. त्यांच्यात असे वादविवाद चालू असतानाच नारदमुनी तिथे आले. त्यांचंही मत विश्वामित्र मुनींप्रमाणेच होतं. त्यामुळे विश्वामित्र मुनींना अधिकच स्फुरण चढलं. ते वसिष्ठ मुनींना म्हणाले, ''मुनिवर, तुमचं म्हणणं चुकीचं आहे, हे मी तुम्हाला सिद्ध करून दाखवेन.''

''ठीक आहे. तुम्ही तसा प्रयत्न जरूर करा.'' वसिष्ठ मुनी म्हणाले. ''तुम्हाला राजा हरिश्चंद्राची जी काही परीक्षा घ्यायची असेल, जितके वेळा घ्यायची असेल, ती तुम्ही घेऊ शकता. तो तुमच्या परीक्षेत उत्तीर्ण होणार, यात मला काहीच शंका नाही. माझं बोलणं जर खोटं ठरलं, तर मी माझं राजगुरू पद सोडून उर्वरित जीवन एक सामान्य माणूस म्हणून व्यतीत करेन, असा मी तुम्हाला शब्द देतो.''

ते ऐकून नारदमुनी विश्वामित्रांकडे वळून म्हणाले, ''वसिष्ठ मुनींच्या म्हणण्याप्रमाणे खरोखर घडलं आणि हा राजा हरिश्चंद्र खरोखरच या पृथ्वीतलावरील धर्मानं

चालणारा सर्वोत्तम राजा ठरला, तर मग त्याचे परिणाम तुम्हालाही भोगावे लागतीलच.''

''ठीक आहे, जर खरंच तसं झालं, तर मी माझं निम्मं योगसामर्थ्य राजा हरिश्चंद्राला बहाल करीन. आजवरच्या माझ्या साधनेमुळे मला जी काही दैवी शक्ती प्राप्त झालेली आहे, तीसुद्धा त्यालाच मिळेल. त्याची कीर्ती दिगंतामध्ये पसरेल. त्याला दीर्घायुष्य लाभेल आणि त्याच्या मृत्यूनंतरही प्रदीर्घ काळापर्यंत त्याचं नाव लोकांच्या स्मरणात राहील.'' विश्वामित्र जरासे रागावून म्हणाले.

नारदमुनींनी मान डोलावली. राजा हरिश्चंद्राची सत्त्वपरीक्षा घेण्यात यावी याबद्दल दोघाही मुनींचं एकमत झालं. मग विश्वामित्रांनी त्या दृष्टीनं योजना आखण्यास सुरुवात केली.

त्यानंतर थोड्याच दिवसांत राजा हरिश्चंद्राकडे काही गावकरी गाऱ्हाणं घेऊन गेले. ''महाराज, गावात एक रानडुक्कर शिरलं आहे. ते आमच्या शेतात घुसून पिकांची नासाडी करत आहे, आमच्या घरादाराची तोडफोड करत आहे. त्यानं आम्हाला आणि आमच्या बायका-मुलांना जेरीला आणलं आहे. त्याचा काहीतरी बंदोबस्त करा.''

मग राजा हरिश्चंद्रानं आपले काही सैनिक गोळा केले आणि सर्व जण त्या रानडुकराच्या शोधात निघाले. ते रानडुक्कर विश्वामित्रांनी आपल्या योगसामर्थ्यानं निर्माण केलं होतं; परंतु राजा हरिश्चंद्राला या गोष्टीची काहीच कल्पना नव्हती. तो त्या रानडुकराच्या पाऊलखुणांचा मागोवा घेत त्याच्या शोधात निघाला. तो आपल्या घोड्यावरून दौडत दौडत एकटाच खोलवर रानात शिरला. त्याचे सैनिक बरेच मागे पडले. त्यांना राजा कुठेच दिसेना.

तो नंतर कितीतरी वेळ आपल्या घोड्यावरून रानावनात फिरत होता; पण त्या रानडुकराचा काही थांगपत्ता लागत नव्हता. जणू काही ते अचानक हवेत अदृश्य होऊन गेलं होतं.

अखेर कंटाळून, दमूनभागून तो चालत पुढे निघाला. त्याला समोर एक सुंदर आश्रम दिसला. हा आश्रमसुद्धा विश्वामित्रांनीच आपल्या सामर्थ्यानं निर्माण केलेला होता. राजा आश्रमाच्या जवळ पोहोचताच आतून दोन सुंदर तरुणी फुलांचे हार आणि शीतपेय घेऊन त्याच्या स्वागतासाठी पुढे आल्या. हरिश्चंद्र त्या स्वागतामुळे सुखावला. तो जरा वेळ विश्रांती घेत तिथेच थांबला. त्यानंतर उठून तो परत जायला निघाला. जाण्यापूर्वी त्यानं त्या दोघींचे मनापासून आभार मानले आणि परत गेल्यावर आपण आपल्या खजिन्यातून त्यांच्यासाठी मौल्यवान भेटवस्तू पाठवणार असल्याचं त्यांना सांगितलं.

परंतु त्या सुंदर स्त्रिया म्हणाल्या, ''महाराज, आम्हाला तुमच्याकडून कोणतीही भेटवस्तू नको; परंतु तुम्ही आमच्याशी विवाह करावा, अशी आमची इच्छा आहे.''

त्या असा काही प्रस्ताव पुढे ठेवतील, अशी हरिश्चंद्रानं कल्पनासुद्धा केली नव्हती. तो म्हणाला, "हे तरुणींनो, मी तुमच्याशी विवाह करू शकत नाही. मला एक पत्नी आणि एक पुत्र आहे. असं असताना मी परत विवाह करणं हा तर अधर्म होईल."

त्याच वेळी विश्वामित्र तिथे आले. ते म्हणाले, "हे राजा, हा माझा आश्रम आहे. तू माझी परवानगी न घेताच माझ्या आश्रमात प्रवेश केलास आणि आता तू माझ्या या दोन कन्यांच्या इच्छेचा अव्हेर करून त्यांचा अपमान करत आहेस. तुझी ही चूक दुरुस्त करण्याचा एकमेव मार्ग, म्हणजे तू त्यांच्या प्रस्तावाचा स्वीकार करून त्यांच्याशी विवाह कर."

परंतु राजानं अत्यंत नम्रपणे त्यांना नकार दिला.

विश्वामित्र आपला हट्ट सोडायला तयार नव्हते. अखेर राजा हरिश्चंद्र त्यांना म्हणाला, "मुनिवर, मी तुमच्या कन्यांशी विवाह करण्यापेक्षा माझ्या राजगादीचा त्याग करणं जास्त पसंत करेन. मी कोणत्याही परिस्थितीत धर्माच्या विरोधात जाऊन काहीही करणार नाही."

राजाच्या तोंडचे हे शब्द ऐकताच विश्वामित्र ऋषी लगेच म्हणाले, "तसं असेल, तर आत्ताच्या आत्ता तुझं राज्य माझ्याकडे सुपूर्त कर. आत्ताच्या आता पाणी घेऊन ये आणि इथल्या इथे तुझ्या राज्यावर पाणी सोड."

त्यानंतर क्षणभरासाठीही न घुटमळता राजा हरिश्चंद्रानं आपलं संपूर्ण राज्य विश्वामित्राच्या हवाली केलं.

एकदा हरिश्चंद्राकडून राज्याचं दान प्राप्त केल्यावर विश्वामित्र म्हणाले, "कोणतंही दान हे दक्षिणेशिवाय पूर्ण होत नाही. दानावर दक्षिणा तर द्यावीच लागते."

"मुनिवर, सांगा तुम्हाला काय दक्षिणा देऊ?" राजा हरिश्चंद्र म्हणाला.

"माझी अशी इच्छा आहे, की तू एका अत्यंत उंच माणसाला हत्तीच्या पाठीवर उभा करून त्याला एक नाणं जमिनीवर टाकायला सांग. त्या हत्तीच्या पायापासून ते त्या नाण्यापर्यंत रुंदीचा आणि त्या हत्तीच्या पाठीवर उभ्या असलेल्या माणसाच्या मस्तकाच्या उंचीचा सुवर्णाचा ढीग मला हवा आहे."

"हो. नक्कीच. मी राजधानीत पोहोचलो, की राजवाड्यात गेल्यावर तातडीने तुम्हाला तेवढं सोनं पाठवण्याची व्यवस्था करतो." हरिश्चंद्र म्हणाला.

"पण अरे, तुझं राज्य तर आता माझं झालं आहे ना? मग राज्याचा खजिनाही माझाच नाही का? मग त्या खजिन्यातून तर तू काहीच काढून घेऊ शकत नाहीस." विश्वामित्र म्हणाले.

"मी माझ्या खासगी धनसंपत्तीचा वापर करून तुमचं ऋण फेडेन." हरिश्चंद्र म्हणाला.

''जेव्हा कुणी आपलं संपूर्ण राज्यच दुसऱ्याला दान म्हणून देतो, तेव्हा त्याची काही खासगी मालमत्ता शिल्लक उरतच नाही,'' विश्वामित्र परखडपणे म्हणाले.

''मुनिवर, मी तुमच्या बोलण्यावर नीट विचार करेन. पण कृपया मला आत्ता तरी जाऊ द्या. मला माझ्या कुटुंबीयांना घडल्या प्रकाराची माहिती द्यावी लागेल. मी तुमचे पैसे नक्की फेडेन.'' हरिश्चंद्र गयावया करत म्हणाला.

''हरिश्चंद्रा, मग मीही तुझ्यासोबत येतो, म्हणजे तू तुझं राज्य माझ्या हाती सुपूर्त करू शकशील.'' विश्वामित्र म्हणाले.

हरिश्चंद्रानं मान हलवून होकार दिला.

अयोध्येला पोहोचल्यावर हरिश्चंद्रानं तत्काळ आपली पत्नी आणि मुलगा यांना भेटून घडलेल्या प्रकाराची साद्यंत हकिगत त्यांच्या कानावर घातली. आता त्याची पत्नी राणी नव्हती, त्याचा पुत्र राजपुत्र नव्हता आणि लवकरच सर्व वैभवाचा, राजप्रासादाचा त्याग करून त्यांना तिथून निघावं लागणार होतं, याची त्यानं त्यांना कल्पना दिली.

हे सर्व ऐकल्यावर राणी तारामती संतप्त होईल किंवा अशा प्रकारे राजगादीचा त्याग करून हरिश्चंद्रानं निघून जाऊ नये यासाठी त्याचं मन वळवण्याचा प्रयत्न करेल, अशी विश्वामित्राची अपेक्षा होती; पण त्यांपैकी काहीच घडलं नाही.

तारामतीनं आपल्या पतीच्या निर्णयाबद्दल जरासुद्धा शंका घेतली नाही. उलट तिनं आपल्या आणि आपल्या पुत्राच्या अंगावरची उंची आभूषणं उतरवून ठेवली. ती म्हणाली, ''नाथ, मी तुमच्या या निर्णयाशी सहमत आहे. तुम्ही जे वचन दिलंत, त्याचं पालन करणं आपल्या सर्वांचं कर्तव्य आहे. मग काहीही झालं तरी चालेल.''

त्यानंतर राजा हरिश्चंद्र विश्वामित्रांकडे वळून म्हणाला, ''मुनिवर, मी असं ऐकलंय, की काशी ही वैभवसंपन्न नगरी आहे. त्यामुळे मी आता माझ्या पत्नीसह आणि पुत्रासह तिकडे प्रयाण करतो आणि पैसे कमावतो. एकदा पुरेसे पैसे जमले, की मी तुमचे पैसे नक्की फेडेन.''

''परंतु हरिश्चंद्रा, काशी इथून खूप दूर आहे. तुला परत यायला अनेक वर्षं उजाडतील किंवा कदाचित तू परतच येणार नाहीस. परंतु तू तर मला सोनं देण्याचं वचन देऊन बसला आहेस. तेव्हा आता मी माझा शिष्य नक्षत्रक याला तुझ्यासोबत पाठवतो. या महिना अखेरीपर्यंत तू याच्याजवळ सर्व पैसे दे. आता या क्षणापासून इथे मी राज्य करेन.''

त्यानंतर हरिश्चंद्र, तारामती, रोहिताश्व आणि नक्षत्रक यांचा काशीच्या दिशेनं प्रवास सुरू झाला. आपल्या आवडत्या राजाची अशी दारुण अवस्था झालेली पाहून रस्त्याच्या दुतर्फा उभे राहून त्या सर्वांना निरोप देत असलेले प्रजाजन हुंदके देऊन रडू लागले. त्या सर्वांना विश्वामित्र मुनींचा अतिशय राग आला होता; परंतु

विश्वामित्रांनी मात्र त्यांच्याकडे पूर्णपणे दुर्लक्ष केलं. नक्षत्रक हासुद्धा त्याच्या गुरुजींप्रमाणेच दुष्ट होता. तो या कुटुंबाला शक्य तेवढा त्रास देत असे. सतत अन्नपाण्याची मागणी करायचा, प्रवासात वारंवार विश्रांतीसाठी थांबण्याचा हट्ट धरून बसायचा. तारामतीनं आजवरच्या आयुष्यात कधीच अशा प्रकारे पायी प्रवास केलेला नव्हता. त्यामुळे काही दिवसांतच अतिश्रमांमुळे तिला थकवा जाणवू लागला. पुरेशा अन्नपाण्याअभावी अशा प्रकारचा प्रवास करणं लहान वयाच्या रोहिताश्वालासुद्धा कठीण जात होतं, पण तरीही आईने किंवा मुलाने तोंडावाटे तक्रारीचा शब्दसुद्धा काढला नाही. आपण विश्वामित्रांना दिलेल्या वचनामुळे आपल्या कुटुंबीयांवर ही दुर्धर परिस्थिती ओढवली आहे, याचं हरिश्चंद्राला अतीव दुःख होत असे; पण तरीही विश्वामित्रांना दिलेल्या वचनाची पूर्तता करण्याचा त्याचा ठाम निर्धार होता.

रानावनातून हे सर्व जण मार्गक्रमण करत असताना आपल्या अंगच्या सामर्थ्याचा वापर करून विश्वामित्र वन्य श्वापदं, चोर-दरोडेखोर, वादळवारा, महापूर इत्यादी मायावी गोष्टी त्यांच्या अंगावर सोडत असत. अखेर हा प्रवासाचा बेत रद्द करून माघारी फिरण्यासाठी आपल्या पतीचं मन वळवण्याचा तारामतीनं प्रयत्न करावा, यासाठी विश्वामित्रांनी हा अघोरी खेळ मांडला होता; परंतु तारामती मात्र त्यामुळे क्षणभरही विचलित झाली नाही. ती एखाद्या सावलीसारखी आपल्या पतीला साथ देत त्याच्यामागोमाग चालत राहिली. चालता चालता ती काशीविश्वेश्वराचं अव्याहत नामस्मरण करतच होती. अखेर विश्वामित्रांनी रचलेल्या सर्व मायावी संकटांचाही अंत झाला.

अशा प्रकारे समोरून येत असलेल्या संकटांना धीरानं तोंड देत ही सगळी माणसं काशी नगरात पोहोचली.

तो महिना अखेरीचा दिवस होता. लगेच नक्षत्रकानं पैशाची मागणी सुरू केली. "ताबडतोब पैसे चुकते कर, अन्यथा शरणागती पत्कर." नक्षत्रक हरिश्चंद्राला म्हणाला.

त्याची मागणी पूर्ण करण्याचा कोणताच मार्ग हरिश्चंद्राला दिसेना. काय केलं म्हणजे आपल्याला हे पैसे उभे करता येतील, याविषयी विचार करकरून तो थकून गेला. आता आपण स्वतःला विकलं, तरच काहीतरी पैसे मिळवण्याची आशा आहे, आपलं ऋण फेडण्यासाठी आता हा एकच उपाय शिल्लक आहे, असं त्याने मनाशी ठरवलं. त्याला आजवरच्या आयुष्यात इतका कठीण निर्णय घेण्याचा प्रसंग कधीही आलेला नव्हता. त्यानं त्यावर खूप वेळ विचार केला. अखेर नगराच्या मध्यवर्ती ठिकाणी उभा राहून त्याने एक घोषणा केली, "मी, माझी पत्नी आणि मुलगा इथे आमची स्वतःची विक्री करण्यासाठी उभे आहोत. जो कुणी खरेदी करण्यासाठी तयार असेल, त्याच्यासाठी माझी एकच अट आहे. त्यानं एका उंच

माणसाला एका हत्तीच्या पाठीवर उभं करावं. त्या माणसास एक नाणं जमिनीवर दूर फेकण्यास सांगावं. हत्तीच्या पायापासून ते नाणे जिथे जाऊन पडेल तिथपर्यंतचा पाया असलेली आणि त्या माणसाच्या मस्तकापर्यंत उंच असलेली सोन्याची रास इथे आणून उभी करावी. जर ही किंमत मोजण्यास कुणी तयार असेल, तर त्यानं येऊन आम्हाला दास बनवून घेऊन जावं.''

त्यावर एक वयोवृद्ध माणूस तिथे येऊन म्हणाला, ''माझी पत्नी आजारी असून अंथरुणाला खिळलेली आहे. त्यामुळे घरकाम आणि स्वयंपाक करण्यासाठी मला एका नोकराणीची गरज आहे. तुम्ही सांगितलेल्या किंमतीपैकी काही भाग मी चुकता करण्यास तयार आहे.''

त्याचे ते शब्द ऐकून तारामती हुंदके देऊन रडू लागली.

''मला अशी रडकी नोकराणी मुळीच नको आहे. मला प्रामाणिकपणे घरकाम करणारी स्त्री हवी आहे.'' तो वयस्कर माणूस म्हणाला. त्याला तारामतीच्या कामाबद्दल खात्री वाटत नव्हती. तारामती घाईघाईनं अश्रू पुसत म्हणाली, ''नाही नाही. असं नका करू. मी तुमच्यासोबत येते. मी आनंदानं, मन लावून घरकाम करीन; पण कृपा करून माझ्या मुलाला माझ्याबरोबर राहण्याची परवानगी द्या.''

त्यावर तो वयस्कर माणूस म्हणाला, ''म्हणजे आता तुमच्याबरोबर तुमच्या या मुलालाही अन्नपाणी पुरवण्याची जबाबदारी माझ्यावर येणार.''

''पण महाराज, माझी आणि माझ्या मुलाची ताटातूट झाली, तर ती गोष्ट मला सहन होणार नाही हो.'' तारामती व्याकूळ होऊन म्हणाली. ''पण तुम्ही एका गोष्टीची खात्री बाळगा. माझा मुलगा नुसता बसून खाणार नाही. तोही घरकामात मदत करेल.''

त्या माणसाचं आणि तारामतीचं संभाषण ऐकून हरिश्चंद्र दुःखविव्हल झाला. वयस्कर माणसाला तो सौदा पटला. तो तारामतीला आणि रोहिताश्वाला घेऊन तिथून निघणार, इतक्यात जवळ उभा असलेला नक्षत्रक त्याला म्हणाला, ''यांच्या किमतीचं सोनं आत्ता तरी तुम्ही तुमच्यापाशीच ठेवा. लवकरच माझे गुरुजी विश्वामित्र तुमच्या घरी येऊन ते घेऊन जातील.''

तारामतीनं मागे वळून एकवार प्रेमानं आपल्या पतीला निरखून पाहिलं. त्यानंतर एक अक्षरही न बोलता ती आपल्या मुलाचा हात धरून तिथून निघाली.

आता हरिश्चंद्र तिथे एकटाच उरला. त्यानं परत एकदा घोषणा केली, ''मला जेवढ्या पैशांची गरज आहे, तेवढे पैसे एकरकमी जो द्यायला तयार असेल, तर मी त्याचा आजन्म दास होऊन राहीन.''

त्याचे शब्द ऐकताच भोवती जमलेल्या घोळक्यातून एक धष्टपुष्ट माणूस हरिश्चंद्राच्या जवळ येऊन उभा राहिला. तो म्हणाला, ''माझं नाव वीराबाबू. मणिकर्णिका

घाटाचा मी मालक असून, तिथली व्यवस्थाही मीच पाहतो. मणिकर्णिका घाटापाशी या शहराची दहनभूमी आहे. मला तिथे कामात कुणीतरी मदतनीस हवाच आहे. त्यामुळे मी जन्मभरासाठी तुला माझा दास म्हणून ठेवून घ्यायला तयार आहे.''

वीराबाबूनं तत्काळ पैशांची व्यवस्था केली. तो जेव्हा हरिश्चंद्राचा हात धरून त्याला आपल्यासोबत घेऊन जाऊ लागला, तेव्हा मात्र नक्षत्रकाला मनोमन दुःख झालं. एका राजावर स्मशानघाटाची साफसफाई करण्याची वेळ यावी, या दुर्दैवाचं त्याला खूपच वाईट वाटलं; परंतु विश्वामित्रांनी त्याच्यावर सोपवलेली कामगिरी पार पाडण्याची त्याला जबाबदारी होती. नक्षत्रक वीराबाबूला म्हणाला, ''याच्या किमतीएवढं सोनं तुम्ही आत्ता स्वतःपाशीच ठेवा. माझे गुरुजी विश्वामित्र एका दिवसानंतर तुमच्या घरी येऊन ते घेऊन जातील.'' एवढं बोलून नक्षत्रक तिथून निघाला.

''मी मणिकर्णिका घाटाचा मालक आहे, हे तर मी तुला सांगितलंच आहे. अशी एक आख्यायिका आहे, की भगवान शंकरांची पहिली पत्नी सती ही आपल्या पित्याच्या यज्ञकुंडात उडी मारून जेव्हा मरण पावली, तेव्हा संतप्त झालेल्या शिवानं या ठिकाणी तांडवनृत्य केलं. सतीच्या कानातील कुंडल याच जागी पडलं होतं. त्यामुळे या ठिकाणाचं मणिकर्णिका असं नाव पडलं. आपण जर काशीला येऊन देह ठेवला आणि आपल्या रक्षेचं जर गंगेच्या प्रवाहात विसर्जन करण्यात आलं, तर आपल्याला मुक्ती मिळते, असा लोकांचा समज आहे. आता मी तुला तुझी कामं समजावून सांगतो. तुला मुख्यतः या दहनभूमीची रोजच्या रोज स्वच्छता करावी लागेल. जेव्हा कुणीही मृत व्यक्तीला दहनसंस्कारासाठी इथे घेऊन येतं, तेव्हा त्या उपचारांसाठी मी काही सुवर्णमुद्रा शुल्क म्हणून आकारतो. मी त्या स्वतःसाठी ठेवून घेतो. त्यांतली एक सुवर्णमुद्रा आणि एक लंगोटी मी तुला देईन. एक गोष्ट कायम लक्षात ठेव. कोणत्याही मृतावर अग्निसंस्कार निःशुल्क करायचा नाही. तू अहोरात्र या ठिकाणी उपलब्ध असला पाहिजेस. कारण मृत्यूचा घाला कधी पडेल हे काही सांगता येत नाही. त्याचप्रमाणे दहनभूमीवर कोणताही प्राणी येता कामा नये, वन्य श्वापदांचा संचार होता कामा नये, या भूमीचं पावित्र्य भंग पावता कामा नये. हे पाहणं हीसुद्धा तुझीच जबाबदारी आहे. या सूचना तुला कायम लक्षात ठेवाव्या लागतील.''

हरिश्चंद्रानं होकारार्थी मान हलवली. आपल्याला आता नेहमीच मणिकर्णिका घाटावरती वास्तव्य करून राहावं लागणार, हे त्याच्या लक्षात आलं.

काही काळानंतर वीराबाबूचं निधन झालं. हरिश्चंद्र त्या घाटावर आता एकटाच उरला.

एक दिवस गंगा नदीच्या तीरी तो उभा होता. तो गंगेच्या प्रवाहाकडे टक लावून बघत होता. शरयू नदीच्या तटी उभ्या असलेल्या आपल्या जुन्या राजधानीबद्दलच्या

विचारांनी त्याचं मन भरून गेलं. नियतीने हा काय खेळ मांडला होता? क्षणार्धात राजाचा रंक झाला होता. त्याच वेळी त्याच्या मनात आपल्या पत्नीचा आणि मुलाचा विचार आला. आत्ता ते कुठे असतील, काय करत असतील, या विचारांनी तो फार अस्वस्थ झाला. त्यांच्या आयुष्यात उद्‌भवलेल्या संकटांना, त्यांच्यावर ओढवलेल्या सर्व दारुण परिस्थितीला केवळ आपणच जबाबदार आहोत, याचं त्याला फारच दुःख झालं. त्याचं हृदय जरी अशा प्रकारच्या दुःखानं भरून गेलं असलं, तरी त्याचं मन मात्र एका बाबतीत शांत होतं. त्यानं आपलं वचन पाळलं होतं. अशा रीतीनं हरिश्चंद्राचं नवीन आयुष्य सुरू झालं.

इकडे तारामती त्या वयस्कर माणसाच्या घरी कामाला लागलीच होती. दिवस उजाडल्यावर ती कामाला सुरुवात करायची. रात्रीपर्यंत न थकता तिचं काम अव्याहत चालू असायचं. तरीसुद्धा ते वृद्ध पतिपत्नी तिच्या कामात काही ना काही चूक काढून तिला उणंदुणं ऐकवत असत. रोहिताश्वसुद्धा दिवसभर कामाला जुंपलेला असे. खरं तर तो जन्मानं राजपुत्र होता. आजवरच्या आयुष्यात त्यानं युद्धविद्येचं शिक्षण घेऊन त्यात नैपुण्य मिळवलेलं होतं. त्याच्या पुढेमागे दासदासी तिष्ठत असत, पण आता मात्र त्याला अंगमेहनतीची कामं करावी लागत. तो लाकडं फोडण्याचं आणि साफसफाईचं काम करत असे. एवढे कष्ट करूनसुद्धा त्याला पोटभर अन्न देण्यात येत नसे. या अतिश्रमांनी आणि अर्धपोटी राहून आपल्या मुलाचं शरीर अशक्त राहील, त्याची पुरेशी वाढ होणार नाही, अशी भीती तारामतीला वाटत असे. पण तरीही आई आणि मुलगा आल्या प्रसंगाला धीराने तोंड देत होते.

एक दिवस त्या वृद्ध माणसाच्या घरी श्राद्ध होतं. त्यामुळे त्यानं रोहिताश्वला अरण्यात लाकडं गोळा करण्यासाठी पाठवलं. रोहिताश्व कुऱ्हाड घेऊन जवळच्या रानात गेला. त्याच वेळी विश्वामित्रांनी एक मायावी सर्प निर्माण करून तो रोहिताश्ववर सोडला. सर्पानं रोहिताश्वला दंश करताच तो तत्क्षणी मरण पावला.

जवळपासच्या काही लोकांनी हे दृश्य पाहताच त्यांनी पळत वृद्धाच्या घरी येऊन ही दुःखद बातमी तारामतीच्या कानी घातली. तारामती शोकविव्हल अवस्थेत त्या वृद्धाच्या हाता-पाया पडून रुदन करत म्हणाली, ''महाराज, मला माझ्या बाळाकडे जाऊ द्या.''

त्यावर तो वृद्ध उत्तरला, ''आज घरात श्राद्ध आहे. केवढं तरी काम पडलं आहे. या असल्या गोष्टीत लक्ष घालायला मला अजिबात सवड नाही. तुला जिथे कुठे जायचं ते जा; पण श्राद्धाला प्रारंभ होण्यापूर्वी घरी परत ये.''

तारामती रडत रडत जीव मुठीत धरून रानात गेली. आपल्या मुलाचा निश्चेष्ट देह पाहताच तिनं काशीविश्वेश्वराची आळवणी सुरू केली. ''हे परमेश्वरा, तू आमची

इतकी कठोर परीक्षा घेतलीस, ती पुरेशी नव्हती का? आता तर तू माझ्या बाळाला माझ्यापासून हिरावून घेतलंस. तू इतका कठोर कसा काय होऊ शकलास? तू माझ्या बाळाला असं कसं हे जग सोडून जाऊ दिलंस?''

तारामती आसवं गाळत कितीतरी वेळ तिथेच बसून होती. अखेर तिच्या डोळ्यांतले अश्रूसुद्धा संपले. तिचे डोळे कोरडे झाले. इतक्यात आपल्याला लवकर घरी परत जावं लागणार, याची तिला आठवण झाली. आपल्या मुलाचं प्राणहीन कलेवर उचलून घेऊन ती मणिकर्णिका घाटावर आली.

तिथे सर्वत्र शांतता होती. दूरवर एक माणूस घाटाच्या साफसफाईचं काम करत होता. तो वगळता तिथे आणखी कुणीच नव्हतं. तो पाठमोरा होता. तारामती त्याला हाक मारून म्हणाली, ''महाराज, माझ्या पुत्राच्या शरीराला अग्नी द्यायचा आहे. तुम्ही मला इथे त्याचं दहन करण्याची परवानगी द्याल का?''

तो माणूस मागे वळूनही न बघता म्हणाला, ''त्यासाठी लागणारे पैसे तुमच्याकडे आहेत का?''

''नाही, महाराज. मी एका श्रीमंताघरी नोकराणीचं काम करणारी गरीब बाई आहे. माझ्याजवळ पैसे नाहीत.''

''तसं असेल तर मग इथे दहन होणार नाही.'' तो म्हणाला.

त्यावर तारामती आक्रोश करू लागली. ती म्हणाली, ''हे रोहिताश्वा, बघ नशिबाने तुझी ही काय थट्टा मांडली आहे. एक राजपुत्र म्हणून जन्माला येऊन आता तू रंक म्हणून मृत्यू पावलास आणि तुझ्यावर अंतिम संस्कार करण्यासाठी माझ्याकडे फुटकी कवडीसुद्धा नाही. मी आता काय करू, हे मला समजतच नाहीये.''

तारामतीच्या तोंडचे ते शब्द ऐकताच ती दुसरी तिसरी कुणीही नसून आपली पत्नी आहे, हे हरिश्चंद्राला कळलं. तो आता ताठ उभा राहत तिच्याकडे पाठ करूनच म्हणाला, ''तुझ्या गळ्यात मंगळसूत्र तर आहे ना? मग जा, ते विकून पैसे आण.''

तारामती आश्चर्यचकित होऊन म्हणाली, ''माझ्या गळ्यातलं मंगळसूत्र तुम्हाला कसं काय दिसलं? कारण माझं हे मंगळसूत्र मंतरलेलं, एका अद्वितीय शक्तीनं भारलेलं असून, हे जगात फक्त दोघांनाच दिसू शकतं. एक तर काशीच्या विश्वेश्वराला किंवा माझ्या पतीला. तुम्ही नक्की कोण आहात?''

त्यावर हरिश्चंद्र मागे वळला. तो साक्षात आपला पतीच आहे, हे तारामतीनं पाहिलं. हरिश्चंद्रानंही आपल्या पत्नीकडे पाहिलं आणि त्याचा बांध फुटून तो रडू लागला. त्यानंतर स्वतःला सावरून तो म्हणाला, ''हे बघ, आपला पुत्र तर गेलाच, पण त्याच्या क्रियाकर्मासाठी लागणारे पैसे तुला आणावे लागतील. मी माझं स्वतःचं शुल्क घेतलं नाही, तरी माझ्या मालकाच्या वाटणीचं शुल्क मला

आकारावंच लागेल. त्यामुळे तारामती तू जा आणि तुझ्या मालकाकडून पैसे घेऊन ये."

"अहो, पण तो म्हातारा माणूस आम्हाला पोटभर अन्नसुद्धा देत नाही. तुम्हाला काय वाटतं, तो मला पैसे देईल?" तारामती म्हणाली. "नाथ, तुम्ही थोडी तरी दया करा. रोहिताश्व जसा माझा पुत्र आहे, तसाच तो तुमचासुद्धा पुत्र आहे. आपण मृतदेहाला जास्त वेळ असं ठेवू शकत नाही. तेव्हा थोडी दया करा आणि आपल्या मुलावर अंतिम संस्कार करा."

परंतु हरिश्चंद्राने दुःखानं मान हलवून नाही म्हटलं.

आपण आपल्या पतीचा निर्णय कदापि बदलू शकणार नाही, हे तारामतीला कळून चुकलं. मग आता सर्व काही देवाच्या इच्छेवर सोडून ती म्हणाली, "ठीक आहे. मला काय करता येतं ते बघते." मग ती आपल्या मुलाचा मृतदेह तिथेच सोडून निघून गेली.

ती आपल्या मालकाकडे परत येत असताना तिला रस्त्यात एका मुलाचा मृतदेह पडलेला दिसला. तो मृत मुलगासुद्धा साधारणपणे तिच्या रोहिताश्वाच्याच वयाचा होता. तारामतीचं मन दुःखानं इतकं बधिर झालेलं होतं, की हा आपल्याच मुलाचा मृतदेह आहे असं समजून ती त्या मृतदेहाचं डोकं मांडीवर घेऊन बसली. ती म्हणाली, "अरे रोहिताश्वा, बाळा तू पुन्हा जिवंत झालास का?"

तो मृतदेह काशी नगरीच्या राजपुत्राचा होता. हीसुद्धा त्या क्रूरकर्मा विश्वामित्राचीच करणी होती. त्यांनी दरोडेखोरांच्या करवी काशीच्या राजपुत्राचं अपरहरण करून त्याला मारून टाकलं होतं. तेव्हापासून राजाचे शिपाई राजपुत्राच्या मृतदेहाचा शोध घेत सगळीकडे हिंडत होते. इतक्यात त्यांना राजपुत्राच्या मृतदेहाचं डोकं आपल्या मांडीवर घेऊन बसलेली तारामती दिसली. या स्त्रीनंच आपल्या राजपुत्राचा वध केला असं समजून त्यांनी तारामतीला मुसक्या बांधून ओढत फरपटत राजाकडे नेलं. "महाराज, ही पाहा दुष्ट स्त्री. हिनेच आपल्या राजपुत्राचे प्राण घेतले आहेत."

राजा अत्यंत शोकाकुल अवस्थेत होता; पण राणीनं जेव्हा आपल्या पुत्राचं कलेवर पाहिलं, तेव्हा ती दुःखानं मोडून पडली.

तारामतीच्या मनावरही दुःखाच्या आघातानं विपरीत परिणाम झालेला होता. ती काहीबाही असंबद्ध बरळत होती. ती म्हणाली, "माझ्या मुलाचा सर्पदंशानं मृत्यू झालेला आहे, पण त्याच्या दहनसंस्काराचे पैसे भरल्याशिवाय त्याची अंतिम क्रिया करण्यासाठी माझे पती तयार नाहीत."

राजालाही दुःखावेगामुळे काहीही सुचत नव्हतं. त्यामुळे काहीही विचार न करता तो म्हणाला, "जा, या स्त्रीचा वध करा. तिला मणिकर्णिका घाटावर घेऊन जा आणि तिथेच तिचा शिरच्छेद करा."

मग राजाचे शिपाई तारामतीचे हातपाय बांधून तिला मणिकर्णिका घाटावर घेऊन आले. ''या अपराधी स्त्रीचा वध करण्याचा महाराजांनी तुम्हाला हुकूम दिला आहे.'' राजाचे शिपाई हरिश्चंद्राला म्हणाले. तारामतीच्या चेहऱ्याकडे लक्ष जाताच हरिश्चंद्राला फार मोठा धक्का बसला. हे असं काही अघटित घडेल, याची तर त्यानं स्वप्नातही कल्पना केली नव्हती. तारामतीनं राजपुत्राला मारलेलं नाही, हे त्याला माहिती होतं, पण तिचा शिरच्छेद करण्याची राजानं आज्ञा केली होती. त्या आज्ञेचं पालन करणं, हे त्याचं कर्तव्य होतं.

त्यानं आपले डोळे घट्ट मिटून घेऊन हातातली तलवार वर उचलून धरली. तारामतीचं शिर धडावेगळं करण्याच्या उद्देशानं त्यानं ती जोरात खाली आणली.

त्या क्षणी नवल घडलं. आकाशातून हरिश्चंद्राच्या अंगावर पुष्पवृष्टी होऊ लागली. त्याने डोळे उघडले. त्याच्या समोर वसिष्ठ मुनी उभे होते. ते म्हणाले, ''हरिश्चंद्रा, आज तुझा खरा कस लागला होता. तू एका फार मोठ्या सत्त्वपरीक्षेला उतरलास. मला तुझा खूप अभिमान वाटतो.''

हरिश्चंद्र घाबरून गेला. हे सगळं काय चाललंय, हे त्याला समजेना. तारामतीसुद्धा घाबरून गेली.

तेवढ्यात डोळ्यांच्या कोपऱ्यातून हरिश्चंद्राचं रोहिताश्वाकडे लक्ष गेलं. त्याला थोडीशी हालचाल जाणवली. जरा वेळातच रोहिताश्वानं डोळे उघडून इकडेतिकडे पाहिलं. तो आळोखेपिळोखे देत उठून बसला. जणू काही गाढ झोपेतून जागा व्हावा, तसा.

एव्हाना विश्वामित्रांनी पसरलेल्या मायाजालाचा प्रभावही नष्ट झालेला होता. काशीचा राजासुद्धा तिथे आला. त्याच्या पाठोपाठ धावतच त्याचा मुलगाही तिकडे येऊन पोहोचला. तो अगदी आनंदी आणि आरोग्यपूर्ण दिसत होता.

विश्वामित्र आपला शिष्य नक्षत्रकासोबत तिथे आले. ते हरिश्चंद्राला म्हणाले, ''तुझं वागणं खरोखरच अत्यंत अभिमानास्पद आहे. तुला अत्यंत कठोर अशा कसोट्यांमधून जावं लागलं. मीच तुझी परीक्षा घेत होतो; परंतु त्या सर्व दिव्यांमधून तू अतिशय खंबीरपणे पार झालास. तू तुझा निश्चय कुठेही डळमळीत होऊ दिला नाहीस. मनाचा समतोल एकदासुद्धा ढळू दिला नाहीस. तू या पृथ्वीतलावरचा सर्वाधिक न्यायानं वागणारा आणि धर्माला अनुसरून चालणारा राजा आहेस. जोपर्यंत हे जग अस्तित्वात आहे, तोपर्यंत काशीविश्वेश्वराच्या साक्षीने सर्व जण तुला सत्य हरिश्चंद्र म्हणूनच ओळखतील. हा मणिकर्णिका घाट देशातल्या अत्यंत पवित्र स्थळांपैकी एक मानला जाईल. मी तुझं राज्य तुला परत करत आहे. शिवाय माझ्या वाट्याचं जे काही पुण्य आहे, त्यातील अर्धा भाग मी तुला देत आहे.''

हरिश्चंद्रानं त्या दोन्ही ऋषींना वंदन करून त्यांचे आशीर्वाद घेतले. मग तो

आपल्या कुटुंबीयांसोबत आपल्या अयोध्या नगरीला परत गेला. त्यानं अत्यंत समर्थपणे राज्यकारभार सांभाळला.

आजही जर एखादी व्यक्ती दुसऱ्या व्यक्तीचा सावलीसारखा पाठलाग करत तिला सतत त्रास देत असेल, तर अशा व्यक्तीला नक्षत्रक असं म्हणतात. 'नक्षत्रकाप्रमाणे माझा पाठलाग करू नको!' अशा प्रकारचे वाक्प्रचार रूढ झाले आहेत.

आजही तुम्ही जर काशी (वाराणसी) ला गेलात, तर मणिकर्णिका घाटावर दहनाच्या प्रतीक्षेत थांबलेल्या मृतदेहांच्या राशी बघायला मिळतात. दहनानंतर त्यांची रक्षा गंगा नदीत विसर्जित करण्यात येते. अजूनही मणिकर्णिका घाटाची मालकी वीराबाबूच्या वारसांकडेच आहे आणि काशीविश्वेश्वर अजूनही सर्व घडामोडींचा साक्षीदार आहे.

सुवर्णवृक्ष

रघू हा रामाचा पूर्वज होता. तो अत्यंत शूर योद्धा आणि लोकप्रिय सूर्यवंशी राजा होता. त्याचं राज्य फार विस्तृत होतं. आजचा भारत, पाकिस्तान तसेच मध्य आशियातील काही भाग इथपर्यंत त्याच्या राज्याचा विस्तार झालेला होता. तो कधीही एखादं युद्ध जिंकून परत आला की एक यज्ञ करून त्यानंतर गोरगरिबांना पुष्कळ दानधर्म करायचा. तो कोणत्याच याचकाला कधी विमुख पाठवत नसे.

त्याच्या राज्यात कौशेट्य नावाचा एक अत्यंत गरीब पण बुद्धिमान विद्यार्थी राहत होता. त्याचे गुरुजी कोणत्याही गुरुदक्षिणेची अपेक्षा न करता त्याला विनामूल्य शिक्षण देत असत.

काही काळानंतर कौशेट्य सर्व विद्यांमध्ये पारंगत झाला. मग त्याने गुरुजींना विचारलं, "गुरुजी, मी तुम्हाला काय गुरुदक्षिणा देऊ, तुम्ही मला सांगा.''

"वत्सा, मला तुझी संपूर्ण पार्श्वभूमी माहिती आहे,'' गुरू म्हणाले. "त्यामुळेच तुझ्याकडून मला कसल्याही शुल्काची अपेक्षा नाही. तू एक आदर्श विद्यार्थी आहेस. तू जा आणि तुझ्या या ज्ञानाचा सगळीकडे प्रसार कर. तीच माझी गुरुदक्षिणा असं मी समजेन. बाळा, तुला माझा आशीर्वाद आहे. आता तू तुझा मार्ग शोध, नशीब काढ.''

पण कौशेट्याला ते मंजूर नव्हतं. तो म्हणाला, "मला असं वाटतं, की गुरूकडून ज्ञानसंपादन केल्यावर जर एखाद्या विद्यार्थ्याने गुरुदक्षिणा दिली नाही, तर त्याचं शिक्षण अपूर्ण राहतं. त्यामुळे मी तुम्हाला काहीतरी तर दिलंच पाहिजे.''

गुरुजींनी पुष्कळ विरोध केला, पण कौशेट्य त्यांचं काही एक ऐकून घेण्यास तयार नव्हता. अखेर गुरुजी संतप्त होऊन म्हणाले, "ठीक आहे. तू जर इतका हट्टीपणा करत असशील, तर मग तू मला दशलक्ष सुवर्णमुद्रा आणून दे आणि तसं करणं जर तुला शक्य नसेल, तर मग तुला ते जमणार नसल्याचं माझ्यासमोर मान्य

कर, माझे आशीर्वाद घे आणि इथून निघून जा.''

त्यांचे शब्द ऐकून कौशेट्य आश्चर्यचकित झाला. आपले गुरू इतक्या मोठ्या रकमेची मागणी करतील, अशी त्यानं कधीच अपेक्षा केली नव्हती. तो काळजीत पडला. 'आता ही एवढी मोठी रक्कम मी आणू तरी कुठून?' तो स्वतःशीच म्हणाला. 'खरं तर माझे गुरू मला जायला सांगत होते. त्याच वेळी त्यांचं ऐकून मी निघून जायला हवं होतं; पण माझा अहंकार आडवा आला. आता माझ्याकडून जे काही प्रयत्न होतील ते करणार आणि त्यांची ही मागणी पूर्ण करणार.'

मग तो गुरुजींना म्हणाला, ''गुरुजी, मला आशीर्वाद द्या. मी हे पैसे मिळवून तुम्हाला आणून देईन.'' त्यानंतर तो तेथून निघून गेला.

प्रवासात त्याला एक घनदाट अरण्य लागलं. तिथून मार्गक्रमण करत असताना आपल्या समोरच्या महाकाय कामाविषयीच तो विचार करत होता. 'मी आता कुणाला जाऊन भेटू? कुणाचा सल्ला घेऊ?' अशा विचारात तो पडलेला असताना अचानक त्याला रघू राजाची आठवण झाली. रघू राजा कोणत्याही याचकाला कधीच विमुख पाठवत नाही अशी त्याची ख्याती असल्यामुळे, आपल्यालाही तो रिक्त हस्ताने परत पाठवणार नाही, असा त्याचा मनोमन विश्वास वाटत होता. त्यामुळे तो रघू राजाच्या प्रासादाकडे निघाला.

कौशेट्य राजवाड्यात पोहोचताच रघू राजानं त्याचं आदरपूर्वक स्वागत करून त्याला मातीची अनेक मडकी दिली. कौशेट्य ती मडकी पाहून मनातून निराश झाला. 'जो राजा अशी मातीची मडकी बाळगतो, तो आपल्याला दान म्हणून काय देणार?' असा विचार त्याच्या मनात आला; परंतु राजा रघूने कौशेट्याची अत्यंत आदरपूर्वक विचारपूस केली. त्याच्या येण्याचं कारण विचारलं. तो म्हणाला, ''तुम्ही एवढे मोठे विद्वान आहात. तुमची आज्ञा मला शिरसावंद्य आहे. तुम्हाला माझ्याकडून काय हवं, ते सांगा.''

त्यावर जरा चाचरत कौशेट्य म्हणाला, ''महाराज, मला दशलक्ष सुवर्णमुद्रा हव्या आहेत.''

परंतु ते ऐकून रघू राजा जरासुद्धा विचलित झाला नाही. तो म्हणाला, ''मी आत्ताच एक मोठा यज्ञ पार पाडला आणि त्यानंतर मला जेवढं काही दान करणं शक्य होतं, ते मी करून टाकलं. आता माझ्याकडे फक्त ही एवढी मातीची मडकी शिल्लक आहेत; परंतु तुम्ही जी इच्छा व्यक्त केलेली आहे, त्याची पूर्तता करणं हे माझं कर्तव्य आहे. त्यामुळे तुम्ही मला थोडा वेळ द्या. मी तुमच्यासाठी या पैशांची व्यवस्था करतो.''

त्या रात्री रघू राजा बिछान्यावर पडून विचार करू लागला. 'हे एवढे पैसे मी कुठून आणू? या बाबतीत धनसंपत्तीची देवता कुबेराची मदत घ्यावी का? परंतु मी

एक राजा आहे. मी कुणाकडेही कधी कसल्याच गोष्टीची याचना करू शकत नाही. त्यामुळे कुबेरावर आक्रमण करून युद्धात त्याचा पाडाव करून त्याच्याकडून ही रक्कम हस्तगत करणं, एवढा एकच उपाय माझ्याकडे आहे.'

मग दुसऱ्या दिवशी सकाळी आपले काही निवडक सैनिक बरोबर घेऊन राजा रघू उत्तर दिशेला असलेल्या कुबेराच्या निवासस्थानाकडे निघाला. संपूर्ण रात्रभर प्रवास करून ते कुबेराची नगरी अलकावतीपाशी पोहोचले. त्यांनी नगरीच्या बाहेर मुक्काम ठोकला.

कुबेराचे दूत राज्यात सर्वत्र टेहळणी करत दिवसरात्र हिंडत असत. काही वेळातच त्याचे दूत कुबेराच्या राजवाड्यात जाऊन त्याला भेटून म्हणाले, "महाराज, आपल्या राज्यावर चाल करून येण्यासाठी रघूराजा पूर्ण तयारीनिशी आला आहे. तो गावच्या वेशीबाहेर तळ ठोकून थांबलेला आहे. त्याने एका ऋषींना दहा लक्ष सुवर्णमुद्रा दान म्हणून देण्याचं वचन दिलं आहे आणि त्यासाठी त्याला आपल्या राज्यावर स्वारी करायची आहे."

रघूच्या मनातला हेतू समजल्यावर कुबेराला फार नवल वाटलं. त्याने आपल्या मनाच्या सामर्थ्याचा वापर करून रघूचा ठावठिकाणा शोधून काढला. रघू त्या वेळी रानात एका शमी वृक्षाखाली झोपला होता. कुबेराने तत्काळ त्या शमीवृक्षाच्या पानांचं सुवर्णमुद्रांमध्ये रूपांतर केलं.

दुसऱ्या दिवशी सकाळी झोपेतून जाग आल्यावर रघूला तो सुवर्णमुद्रांनी लगडलेला वृक्ष दिसला; परंतु ही सगळी त्या कुबेराची माया आहे, हे त्याला तत्काळ समजलं. तो आपल्या सैनिकांना म्हणाला, "आपण ज्या कामासाठी इथे आलो होतो, ते काम झालं आहे. आता आपल्याला युद्ध करण्याची गरज नाही. आता आपण फक्त या झाडाच्या दशलक्ष सुवर्णमुद्रा तोडून घेऊ. बाकी सर्व झाडावरच राहू देत. एखाद्या राजाचं जीवन हे एका योग्यासारखं असलं पाहिजे. कोणत्याही ऐहिक गोष्टीचा मोह त्याला नसावा."

मग दशलक्ष सुवर्णमुद्रा बरोबर घेऊन रघू आपल्या राजधानीला परतला. त्याने कौशेट्याला निरोप पाठवून ते पैसे घेण्यासाठी बोलावून घेतलं.

स्वर्गस्थ देव रघूचं हे सत्कृत्य आणि ते करण्यामागचा त्याचा हेतू बघून प्रसन्न झाले. त्यांनी त्याला भरभरून आशीर्वाद दिले.

कौशेट्याने रघू राजाकडून मिळालेली ती दशलक्ष सोन्याची नाणी आपल्या गुरुजींना गुरुदक्षिणा म्हणून दिली. गुरुजींनीसुद्धा प्रसन्न होऊन आपल्या शिष्याला आशीर्वाद दिला. ते म्हणाले, "बाळा, तू मला गुरुदक्षिणा देऊन वचनपूर्ती केली आहेस. आता तू जगात तुझ्या ज्ञानाचा प्रसार कर. तुझी आयुष्यात खूप भरभराट होईल."

गुरुजींनी त्याच दिवशी ताबडतोब त्या सगळ्या सुवर्णमुद्रा गोरगरिबांमध्ये वाटून टाकल्या. तो दिवस म्हणजे अश्वयुज महिन्यातील दशमी होती. त्या दिवसापासून त्या महिन्याच्या दशमीला सोनं लुटण्याची परंपरा सुरू झाली. आज आपल्याकडे लुटण्यासाठी सोनं नसलं, तरी आपण शमी वृक्षाची पानं लुटून हा दिवस साजरा करतो. पुढे जाऊन बरोबर याच महिन्याच्या याच तिथीला प्रभू रामचंद्रांनी रावणाचा पराभव केला, तेव्हापासून या महिन्याच्या दशमीला विजयादशमी किंवा दसरा हे नाव रूढ झालं.

तेव्हापासून शमी वृक्षाला पवित्र वृक्ष मानण्यात येतं. त्यालाच लोक सुवर्णवृक्ष असंही म्हणतात.

आणखी एक आख्यायिका सांगितली जाते. पांडव जेव्हा अज्ञातवासात होते, तेव्हा आपल्या शस्त्रास्त्रांवरून आपल्याला कुणी ओळखू नये, म्हणून त्यांनी ती सगळी एका बासनात बांधून शमी वृक्षाच्या बुंध्यामध्ये लपवून ठेवली होती आणि विराटनगरात निःशस्त्र प्रवेश केला होता. अशा रीतीने अज्ञातवासात असताना हा वृक्ष पांडवांच्या मदतीला आला होता.

आज देशभरात नवरात्रीचे नऊ दिवस संपल्यावर दशमीला लोक सण साजरा करतात. या दिवशी दुर्गापूजा करण्यात येते. विजयादशमीच्या दिवशी शमी वृक्षाची पानं एका संदुकीत ठेवण्यात येतात आणि नंतर ती नातलगांमध्ये आणि स्नेहीजनांमध्ये वाटण्यात येतात. लहान मंडळी थोरामोठ्यांच्या पाया पडून त्यांना शमीची पानं देतात आणि त्यांचे आशीर्वाद घेतात.

रावण, एक विचित्र राक्षस

वैश्रवणाची कथा

महामेरू पर्वताजवळ महर्षी पुलस्त्य हे कठोर तपश्चर्येला बसले होते. ते जगण्यासाठी आवश्यक तेवढंच अन्नग्रहण करत आणि अत्यंत खडतर जीवन जगत. त्यामुळे सर्व देवदेवतांचा राजा इंद्र अस्वस्थ झाला. त्याला वाटलं, पुलस्त्य ऋषींना आपली गादी हवी आहे, म्हणूनच ते इतक्या उग्र तपश्चर्येला बसले आहेत. त्यामुळे त्याने पुलस्त्य ऋषींचा तपोभंग करण्यासाठी सुंदर सुगंधी पुष्पमाला आणि फळांची भेट घेऊन काही लावण्यवती अप्सरांना त्यांच्याकडे पाठवलं.

परंतु या सर्व मोहमायेचा पुलस्त्य मुनींच्या मनावर काहीही परिणाम झाला नाही. आपला तपोभंग करण्यासाठी इंद्राने मुद्दामच या अप्सरांना स्वर्गातून इथे पाठवलं आहे, हे पुलस्त्य ऋषी जाणून होते. अप्सरांनी त्यांच्या अवतीभोवती नृत्य आणि गायन करून त्यांच्या साधनेत व्यत्यय आणण्यास सुरुवात केली. अखेर संतप्त होऊन त्यांनी शापवाणी उच्चारली. ते म्हणाले, ''ज्या कुणा स्त्रीची माझ्यावर नजर पडेल, तिला एक वर्षाच्या आत अपत्यप्राप्ती होईल.''

त्यांचे हे शब्द ऐकताच त्या अप्सरांनी घाबरून तिथून पलायन केलं. पुलस्त्य ऋषी पुन्हा आपल्या तपस्येत गर्क झाले.

असे कित्येक दिवस लोटले.

त्या देशावर राजा तृणबिंदू याचं राज्य होतं. त्याला एक लावण्यवती कन्या होती. एक दिवस ती आपल्या सख्यांबरोबर वनविहारासाठी गेलेली असताना वाट चुकली. वाट शोधत फिरताना ती अचानक पुलस्त्य ऋषींच्या आश्रमात येऊन पोहोचली. तिथे ध्यानधारणेत मग्न असलेल्या ऋषींवर तिची नजर पडली. तिला अर्थातच त्यांच्या शापवाणीविषयी काहीच कल्पना नव्हती. तिने त्यांच्या ध्यानाचा

किंचितही भंग न करता त्यांच्यासमोर साष्टांग दंडवत घातला आणि तिथून हळूच निघून गेली. जरा वेळात तिची आणि तिच्या सख्यांची गाठ पडली आणि त्या सर्व जणी राजवाड्यात परत गेल्या.

काही दिवसांनंतर राजकुमारीला स्वतःच्या शरीरात काही बदल होत असल्याची जाणीव झाली. आपली प्रकृती बिघडत चालली आहे, अशा कल्पनेने तिने राजवैद्यांना आपली तब्येत दाखवली. तिला तपासून ते म्हणाले, ''राजकुमारी, तुम्ही तर गर्भवती आहात.''

हे त्यांचे शब्द ऐकून राजकुमारी भयभीत झाली. राजा तृणबिंदूच्या जेव्हा ही गोष्ट कानावर पडली, तेव्हा त्याला फार मोठा धक्का बसला. परंतु तो शांत, सुस्वभावी आणि विचारी होता. आपल्या घराण्याच्या प्रतिष्ठेला बट्टा लागेल असं कोणतंही कृत्य आपली मुलगी कदापि करणार नाही, याची त्याला खात्री होती. त्यामुळे गेल्या काही महिन्यांमध्ये राजकुमारीच्या आयुष्यात नक्की कोणत्या घटना घडल्या, याविषयी त्याने तिच्याकडे विचारणा केली. पुलस्त्य मुनींच्या आश्रमात जाऊन आल्यानंतरच राजकुमारीमध्ये हे बदल घडून आल्याचं त्याच्या लक्षात आलं. मग तो तिला सोबत घेऊन ऋषींच्या आश्रमात त्यांना भेटायला गेला.

ते दोघं जेव्हा आश्रमात जाऊन पोहोचले, तेव्हा ऋषी ध्यानधारणा करत नसल्यामुळे त्यांनी राजाचं आणि राजकन्येचं स्वागत केलं. राजानं आपल्या मुलीच्या बाबतीत जे काही घडलं, ते त्यांना स्पष्ट करून सांगितलं. त्यावर ते म्हणाले, ''मी या मुलीशी विवाह करीन. तिला जे अपत्य होईल ते जगात अत्यंत कीर्तिमान होईल.''

राजानं त्या गोष्टीला मान्यता दिली. राजकन्येचा पुलस्त्य ऋषींशी विवाह झाला. ते अतिशय सुखासमाधानानं संसार करू लागले. काही महिन्यांनंतर त्यांना पुत्रप्राप्ती झाली. त्यांनी त्याचं नाव विश्रवा असं ठेवलं.

विश्रवा पुढे एक महर्षी म्हणून नावारूपास झाला. तो अतिशय ज्ञानी होता आणि त्याच्या अंगी योगसामर्थ्य होतं. तोही आपल्या पित्याप्रमाणेच विद्वान, शांत आणि सुस्वभावी होता. त्याच्या पत्नीचं नाव इलाविडा. त्या दोघांना जो पुत्र झाला त्याचं नाव त्यांनी वैश्रवण असं ठेवलं. पुढे विश्रवानं दुसरं लग्न केलं. त्याच्या दुसऱ्या पत्नीचं नाव कैकसी. तिला जो मुलगा झाला तो रावण.

वैश्रवण आश्रमातच लहानाचा मोठा झाला. आपल्या वडिलांप्रमाणे आणि आजोबांप्रमाणे तोही यज्ञयाग करीत असे.

एक दिवस साक्षात ब्रह्मदेव त्याच्यासमोर अवतीर्ण होऊन त्याला म्हणाले, ''तुझ्या तपश्चर्येने मी प्रसन्न झालो आहे. वैश्रवणा, सांग मी तुला काय देऊ? तुझी इच्छा काय आहे?''

त्यावर वैश्रवण म्हणाला, ''मला स्वर्गातील देवदेवतांच्या खजिन्याचा आणि भांडाराचा कारभार, तसंच आर्थिक व्यवहार सांभाळण्याची इच्छा आहे. त्याचप्रमाणे दिशांच्या देवतांएवढंच स्थान मलाही मिळावं असं मला वाटतं. आत्ता दिशांच्या देवता तीनच आहेत. मला चौथा देव व्हायचं आहे.''

ब्रह्मदेव स्मितहास्य करून म्हणाले, ''तथास्तु! आजपासून जग तुला कुबेर म्हणून ओळखेल. इंद्रदेव हा सर्व देवदेवतांचा राजा, तसंच पूर्व दिशेचा देव आहे. वरुण हा पावसाचा आणि पश्चिम दिशेचा देव आहे. यम ही मृत्यूची देवता आणि दक्षिणेचा देव आहे. तर वत्सा, तू धनसंपत्तीचा आणि उत्तर दिशेचा देव होशील आणि तू इतर सर्व दिशांच्या देवतांच्याच इतका महत्त्वपूर्ण होशील. मी तुला वाहन म्हणून पुष्पक विमान देत आहे. यात बसून तुला पाहिजे त्या ठिकाणी तू भ्रमण करू शकशील. तुला मिळालेल्या या सर्वांचा तू बुद्धिकौशल्यानं आणि जबाबदारीनं वापर कर.''

कुबेर आपले वडील विश्रवा यांच्याकडे जाऊन म्हणाला, ''ब्रह्मदेवांनी माझ्यावर कृपेचा वर्षाव केला आहे. मी त्यांच्याकडे जे काही मागितलं, त्याहून कितीतरी पटींनी जास्त त्यांनी मला दिलं; परंतु मी कुठे राहावं, याविषयी त्यांनी मला काहीच सांगितलं नाही. तुम्हीच मला सांगा, मी कुठे राहू? माझ्यामुळे कधीच कोणत्याही सजीवाला काही त्रास होता कामा नये, कुणाचं नुकसान होता कामा नये, अशी माझी इच्छा आहे. तसं झालं, तर मला फार आनंद वाटेल.''

आपल्या मुलाची ती साधीशी मागणी ऐकून विश्रवा ऋषींना फार आनंद झाला. ''तू आता दक्षिणेला असलेल्या समुद्राकडे आणि समुद्रमार्गे दक्षिण दिशेलाच प्रवास कर. तिथे तुला एक द्वीपकल्प लागेल. त्याचं नाव लंका प्रदेश असं आहे. तिथे त्रिकूट पर्वत असून, त्या पर्वताजवळच अत्यंत सुंदर अशी लंकानगरी आहे. त्या नगरीभोवती एक खंदक आहे. आतल्या बाजूला एक किल्ला आहे. किल्ल्याच्या आत एक सुवर्णाचा राजवाडा आहे. स्वर्गाचा स्थापत्यपती विश्वकर्म्यानं ही लंकानगरी निर्माण केली आहे. खरं तर त्यानं ही नगरी असुरांसाठी निर्माण केली होती; परंतु भगवान विष्णूंच्या भीतीने सर्व असुर पाताळलोकात पळून गेले. त्यामुळे आता ती लंका नगरी उजाड झाली आहे. तू तिथे जाऊन त्या नगरावर राज्य कर.''

कुबेरानं स्मितहास्य करून आपल्या वडिलांचे आभार मानले.

काही दिवसांतच तो लंकेला जाऊन पोहोचला. तिथे त्यानं आपलं राज्य स्थापन केलं. जसा काळ गेला तसे काही असुर परत येऊन त्याच्या राज्यात राहू लागले. कुबेरानं अतिशय कुशलपणे राज्यकारभार केला. तो एक प्रजाहितदक्ष राजा होता.

ब्रह्माचं वरदान

कश्यप ऋषींना अनेक पत्नी होत्या. त्यांची पत्नी अदिती हिला जी अपत्ये झाली, ते पुढे देव बनले. त्यांच्या दिती नावाच्या पत्नीला झालेल्या अपत्यांचे असुर बनले. कद्रू नावाच्या पत्नीला झालेली अपत्ये नाग झाली. अशाच प्रकारे कश्यप ऋषींच्या इतर पत्नींना झालेल्या अपत्यांचे पुढे यक्ष आणि किंपुरुष झाले.

ज्या असुरांनी स्वतःच्या राहण्यासाठी लंका बांधून घेतली होती, ते फार उन्मत्तपणे वागू लागले होते. ते इतरांना त्रास देत होते. त्यामुळे भगवान विष्णू स्वतःच लंकेला त्यांना धडा शिकवायला गेले. त्याबरोबर हे असुर पाताळलोकात पळून गेले.

त्यानंतर काही पिढ्यांनंतर असुर कुळामध्ये माल्यवान, सुमाली आणि माली अशा तीन असुरांचा जन्म झाला. या तीन भावांना अनेक मुलं झाली.

सुमालीची मुलगी कैकसी ही अत्यंत सौंदर्यवती आणि बुद्धिमती होती. एक दिवस सुमालीने कुबेराचे वडील विश्रवा ऋषींना पाहिलं. त्यानंतर आपल्या मुलीचा विवाह त्यांच्याशीच करून देण्याचं त्यांनी मनोमन ठरवलं. सुमाली असुरानं हा विवाह घडवून आणण्यासाठी काही कारस्थानंसुद्धा केली. अखेर त्याच्या प्रयत्नांना यश आलं आणि कैकसी आणि विश्रवा मुनी यांचा विवाह पार पडला. त्या दोघांना तीन पुत्र झाले. त्यांची नावं रावण, बिभीषण आणि कुंभकर्ण. त्याचप्रमाणे त्यांना शूर्पणखा नावाची मुलगीसुद्धा झाली.

रावणाचे पितामह पुलस्त्य ऋषी यांच्याकडे भविष्यात काय घडणार आहे, हे जाणून घेण्याची शक्ती होती. ते कैकसीला म्हणाले, ''तुझ्या पुत्रांपैकी दोन पुत्र कुळाच्या नावाला कलंक लावणार आहेत; परंतु धाकट्या पुत्राला मात्र सज्जन आणि सुस्वभावी म्हणून सगळं जग ओळखेल.''

कैकसीने आपल्या सर्व मुलांवर दोन्ही संस्कृतींचे संस्कार केले. तिच्या पितृकुलाकडून आलेले वेदांचे संस्कार आणि तिच्या मातृकुलाकडून आलेला योद्ध्यांचा वारसा असं दोन्ही तिच्या मुलांना मिळालं.

कैकसीचा ज्येष्ठ पुत्र रावण हा अतिशय उमदा, देखणा राजपुत्र होता. त्याच्या अंगी ऋषीमुनी आणि असुर या दोघांकडून आलेले गुणधर्म होते. त्याला सर्व जण दशग्रीव, दशानन, दशमुख अशा नावांनी ओळखत असत. त्या नावाचा अर्थ दहा मस्तकं असलेला असा आहे; परंतु खरं तर रावणाला काही दहा मस्तकं नव्हती. त्याला सर्वसामान्यांपेक्षा दहापट जास्त ज्ञान होतं. तो अत्यंत विद्वान होता. पूर्व, पश्चिम, उत्तर, दक्षिण या चार दिशा, तसंच वर आकाशात आणि पृथ्वीच्या खालीसुद्धा काय चालू आहे, याचं त्याला ज्ञान होतं. तो चारही वेदांमध्ये पारंगत होता.

परंतु त्याचबरोबर तो एक असुरही होता. त्यामुळे तो स्त्रीलंपटसुद्धा होता. त्याचा मनाचं त्याच्या अंगी असलेल्या या दुर्गुणावर जरासुद्धा नियंत्रण नव्हतं. त्याचा हा दुर्गुणच शेवटी त्याच्या अधःपतनाचं कारण ठरला.

कैकसीचा दुसरा मुलगा कुंभकर्ण हा तर फारच जास्त असुर प्रवृत्ती घेऊन जन्माला आला होता; परंतु तो मनानं चांगला होता आणि आज्ञाधारकही होता. आपला ज्येष्ठ बंधू रावणाच्या आज्ञेचं तो नेहमी पालन करत असे; परंतु तो अत्यंत बलवान होता. त्यामुळे इंद्रदेवाला त्याची भीती वाटत असे. समजा यदाकदाचित रावणानं स्वर्गस्थ देवदेवतांविरुद्ध युद्ध पुकारलं आणि त्यात त्याला या बलाढ्य कुंभकर्णाची मदत मिळाली, तर या युद्धात देवांना हार मानावी लागली असती.

कैकसीचा सर्वांत धाकटा मुलगा बिभीषण हा पहिल्यापासूनच सत्प्रवृत्त होता. शांतताप्रिय आणि सुस्वभावी होता. त्याच्या अंगी दानवांचे कोणतेही गुणधर्म नव्हते.

एक दिवस कुबेर आपले पिता विश्रवा यांना तसंच आपल्या सावत्र भावंडांना भेटायला आला. त्याच्या पुष्पक विमानावर नजर पडताच त्याची सावत्र आई कैकसी हिला अतिशय मत्सर वाटला. ती आपल्या तीनही मुलांना म्हणाली, ''जेव्हा तुम्ही सर्व जण मोठे व्हाल, तेव्हा तुम्ही तुमचा सावत्रभाऊ कुबेरापेक्षाही अधिक यशस्वी होऊन दाखवा. जरा बघा तरी, तो आपल्या नगरीवर आधिपत्य गाजवतो आहे. खरं तर लंकेचे राज्यकर्ते तुम्ही असायला हवं. तुम्ही सर्व जण किती बलशाली आहात. एक ना एक दिवस तुम्ही त्याच्याकडून लंकाप्रदेश परत घेतलाच पाहिजे. तुम्ही ब्रह्मदेवाची आराधना करून आधी त्याला प्रसन्न करून घ्या. तो खूप कनवाळू आहे. त्याच्याकडून तुम्ही वरदान प्राप्त करून घेऊन तुमचं ध्येय सिद्धीस न्या. ब्रह्मदेवांच्या कृपाळू स्वभावावर माझा पूर्ण विश्वास आहे. तो नक्कीच तुम्हाला प्रसन्न होईल. त्याची करुणा भाका.''

त्यानुसार तिघेही भाऊ ब्रह्मदेवाची आराधना करू लागले. त्यांच्या अनेक वर्षं सुरू असलेल्या तपश्चर्येला अखेर फळ आलं. साक्षात ब्रह्मदेव त्यांच्या समोर अवतरला. ''मी तुम्हा सर्वांच्या भक्तिभावामुळे प्रसन्न झालो आहे. तुम्हाला जो काही वर मागायचा असेल, तो तुम्ही मागा.''

त्यावर रावण म्हणाला, ''भगवंता, मला अमरत्व मिळवण्याची इच्छा आहे.''

ब्रह्मदेव म्हणाला, ''वत्सा, ही गोष्ट काही मी करू शकत नाही, हे तर तुलाही माहीत आहे.''

रावण मनोमन मर्त्य मानवांना नेहमीच तुच्छ लेखत असे. एखाद्या हत्तीसमोर किडामुंगीचं जे स्थान असतं, तसंच या मानव जातीचं आहे, या मानवांना तर आपण क्षणार्धात चिरडून टाकू, असं त्याला वाटत असे. त्यामुळे तो म्हणाला, ''ठीक आहे. मग भगवंता, मला कोणत्याही देवांच्या हातून मृत्यू येणार नाही, असा

आशीर्वाद तू मला दे.''

''तथास्तु!'' ब्रह्मदेव म्हणाला. पुढे स्वतः भगवान विष्णू रामावतार धारण करून मर्त्य मानवाच्या रूपात येऊन आपला वध करेल, याची रावणाला यत्किंचितही कल्पना नव्हती. ब्रह्मदेव पुढे म्हणाला, ''त्याचबरोबर मी तुला आणखी दोन वर देत आहे. जर युद्धाच्या प्रसंगी तुझं एक मस्तक धडावेगळं झालंच, तर तत्क्षणीच त्या जागी नवीन मस्तक तयार होईल. दुसरं म्हणजे तुला तुझ्या मनाप्रमाणे मायावी रूप धारण करता येईल.''

रावणानं ब्रह्मदेवाला वंदन केलं.

त्यानंतर ब्रह्मदेव बलाढ्य अशा कुंभकर्णाकडे वळले.

कुंभकर्णानं जेव्हा ब्रह्मदेवाला प्रसन्न करण्यासाठी घोर तपश्चर्या सुरू केली होती, तेव्हाच इंद्रानं सरस्वती देवीकडे प्रार्थना केली होती, ''हे सरस्वती, कोणत्याही व्यक्तीच्या वाणीवर तुझा प्रभाव चालतो. आता या कुंभकर्णाने तर घोर तपश्चर्येला प्रारंभ केला आहे. त्यात त्याला यश येऊन काही काळानंतर ब्रह्मदेव प्रसन्न होऊन त्याच्या समोर अवतीर्ण होतील. त्या वेळी तो त्यांच्याकडे कदाचित माझ्या सिंहासनाची मागणी करेल, अशी मला भीती वाटत आहे. कारण तसं जर झालं, तर मग माझं स्वर्गलोकावरील वर्चस्व संपुष्टात येईल. त्यामुळे हे देवी, तो जेव्हा ब्रह्मदेवाकडे काही वरदान मागेल, तेव्हा तू त्याच्या वाणीचा ताबा घेऊन जे योग्य असेल, तेच त्याच्या तोंडून वदवून घ्यावंस, अशी मी तुला विनवणी करत आहे.''

ब्रह्मदेवानं कुंभकर्णाला विचारलं, ''बोल, तुझी काय इच्छा आहे?''

कुंभकर्णाच्या मनात इंद्रासन प्राप्त करण्याची मनीषा होती. परंतु देवी सरस्वतीनं त्याच्या वाणीचा ताबा घेतला. त्यामुळे कुंभकर्णाच्या तोंडून हे शब्द बाहेर पडले, ''देवा, मला निद्रासनाची प्राप्ती होऊ दे.''

''तथास्तु!'' ब्रह्मदेव म्हणाले. त्याच क्षणी कुंभकर्ण जमिनीवर पडून निद्रादेवीच्या आधीन झाला.

अखेर बिभीषणाची पाळी आली.

ब्रह्मानं जेव्हा त्याला त्याच्या अंतरीची इच्छा काय, असं विचारलं, तेव्हा तो म्हणाला, ''परमेश्वरा, तू माझ्या विचारांचा नेहमीच समतोल राख, माझं मानसिक संतुलन कधीही बिघडू नये, तसेच मी सदोदित धर्माच्या मार्गानं वाटचाल करावी, अशी माझी इच्छा आहे. माझ्या आयुष्यात कितीही संकटं आली तरीही माझं वागणं नेहमीच धर्मानं असावं, अशी माझी इच्छा आहे.''

ब्रह्मदेव अतिशय प्रसन्न झाले. कुणीतरी आपल्याकडे हे असं अनोखं वरदान मागावं, याचं त्यांनाही नवल वाटलं. ते म्हणाले, ''लोक तुझा उल्लेख नेहमीच धर्मवान असा करतील. तू तुझ्या धार्मिकतेबद्दल जगात प्रसिद्ध होशील.''

त्यानंतर तिघे भाऊ परत आले. त्यांनी आपली आई कैकसी हिला आपापल्या वरदानांविषयी सांगितलं.

काही दिवसांनी इंद्राचा धूर्तपणा रावणाच्या लक्षात आला. आपला बलाढ्य भाऊ कुंभकर्ण याच्या तोंडून इंद्रासनाऐवजी निद्रासन हे शब्द बाहेर पडल्यामुळेच इंद्राचे सिंहासन वाचले आहे, हे त्याला कळून चुकले. तो संतप्त होऊन इंद्रनगरीवर चाल करून गेला. त्यानं इंद्राला नेस्तनाबूत करून कैदेत टाकलं. त्यानंतर ब्रह्मानं कुंभकर्णाला दिलेला आशीर्वाद परत घ्यावा, म्हणून त्याचं मन वळविण्यासाठी तो ब्रह्मदेवाकडे गेला.

"मी एकदा दिलेलं वरदान परत घेऊ शकत नाही," ब्रह्मदेव म्हणाला. "परंतु मला त्यात थोडाफार बदल करता येईल. आजपासून कुंभकर्ण अर्धं वर्ष निद्रित राहील आणि अर्धं वर्ष जागा राहील."

आपल्या भावाला त्यामुळे थोडा तरी वेळ जागं राहण्याची संधी मिळेल, या गोष्टीवर समाधान मानून रावण घरी परत गेला.

आता आपला विनाश कुणीच करू शकणार नाही, असा त्याला पक्का विश्वास वाटू लागला होता. त्यामुळे आपल्या मातेच्या इच्छेचा आदर करून लंकेवर स्वारी करायचं त्यानं ठरवलं.

त्याप्रमाणे रावणानं कुबेराला संदेश पाठवला, "लंका ही असुरांच्या मालकीची असून, तू लंकेसाठी परका आहेस. तू लंकानगरी स्वखुशीनं सोडून जा. तू जर असं केलं नाहीस, तर मी लंकेवर स्वारी करून जी गोष्ट माझी आहे, त्यावर कब्जा करेन."

त्यावर कुबेरानं त्याला उत्तरादाखल लिहिलं, "मी जेव्हा लंकेत वास्तव्यासाठी आलो, तेव्हा ती उजाड होती. तिथे कुणीही राहत नव्हतं; परंतु तुला जर असं वाटत असेल, की लंकेवर तुझा अधिकार आहे, तर मी इथून निघून जाईन. जे तुझं आहे, ते तू घे."

त्यानंतर कुबेरानं आपले पिता विश्रवा यांची भेट घेऊन त्यांना घडला प्रकार सांगितला.

"रावण हा अत्यंत क्रूरकर्मा आहे. विशेषतः त्याच्या शत्रूंच्या बाबतीत त्याची वागणूक वाईट आहे," विश्रवा सचिंत मुद्रेने म्हणाले. "त्यात ब्रह्मदेवाने त्याला तीन वर दिले असल्यामुळे त्याचं सामर्थ्य फारच वाढून बसलेलं आहे. त्यामुळे माझं मत असं आहे, की तू उत्तरेला जाऊन नव्यानं स्वतःची राजधानी निर्माण करून तिथे सुखानं राज्य करावंस. इतके दिवस जशी प्रजेच्या हिताची काळजी घेतलीस, तशी यापुढेही घ्यावीस. सर्व यक्ष आणि किंपुरुष तुझे प्रजाजन असतील. एका गोष्टीची तू खात्री बाळग. रावणाला त्याच्या दृष्कृत्यांबद्दल योग्य ती शिक्षा मिळेल, हेच त्याचं प्रारब्ध आहे."

आपल्या वडिलांच्या सल्ल्याप्रमाणे कुबेरानं उत्तर दिशेला प्रवास करून योग्य ठिकाण सापडल्यावर तिकडे आपल्या राज्याची स्थापना केली. *त्यानं आपल्या राजधानीचं अलकावती असं नामकरण केलं.*

इकडे रावणाचा लंका नगरीत राज्याभिषेक झाला. त्यानंतर जगभरातील असुर लंकेला येऊन तिथेच कायमस्वरूपी वास्तव्य करून राहू लागले.

काही काळानंतर रावणानं आपल्या राज्याचा विस्तार करायचं ठरवलं. त्यानं यम, चंद्र, सूर्य आणि वरुण या देवतांच्या आधिपत्याखाली असलेल्या यमलोक, सूर्यलोक, चंद्रलोक आणि वरुण लोक यांवर आक्रमण करायचं ठरवलं; परंतु हे सर्वच प्रदेश एकमेकांपासून खूप दूरच्या अंतरावर होते. त्यामुळे आपल्याकडे आता सर्वदूर संचार करण्यासाठी पुष्पक विमान असले पाहिजे, अशी त्याच्या मनात इच्छा उत्पन्न झाली. मग तो अलकावतीला कुबेराकडे गेला. कुबेराने त्याची समजूत काढण्याचा पुष्कळ प्रयत्न केला; परंतु रावण शांत होण्याऐवजी संतप्त झाला आणि त्याने बळजबरीने कुबेराच्या पुष्पक विमानाचा ताबा घेतला.

रावणाचा शाप

रावण हा त्याच्या मातेप्रमाणेच निस्सीम शिवभक्त होता. वेदविद्या, खगोलशास्त्र, संगीत इत्यादी विविध विषयांमध्ये तो निपुण होता. तो वीणा हे वाद्यही वाजवत असे. त्याने शिवस्तुतीपर भक्तिरचनासुद्धा केल्या होत्या.

एक दिवस तो भगवान शंकर आणि पार्वतीदेवी यांची भेट घेण्यासाठी कैलास पर्वतावर गेला. भेट घेऊन परतत असताना तेथे त्याला शंकराचं मुख्य वाहन असलेला नंदी दिसला. त्यावर तो उपहासानं हसत म्हणाला, ''माझं वाहन पाहा, हे पुष्पक विमान. या बैलाकडे पाहून असं वाटतं, की हा इतका कमजोर प्राणी भगवान शंकरांना कसा काय वाहून नेणार?''

नंदी हा खरं तर कुणी सर्वसामान्य बैल नव्हता. तरीही रावणाचं असं उपमर्दकारक बोलणं चालूच राहिलं. अखेर नंदीनं क्रोधित होऊन शापवाणी उच्चारली, ''तुझ्या मनात तर प्राणिमात्रांविषयी जरासुद्धा आदर नाही. मी तुला असा शाप देतो, की एका साध्यासुध्या माकडाच्या मदतीनं तुझा संपूर्ण वंश नष्ट होईल.''

रावण उद्धटपणे तिथून निघून गेला. त्यानं नंदीच्या त्या शापवाणीकडे पूर्णपणे दुर्लक्ष केलं. कधीतरी त्याचे हे शब्द खरे होतील, असं त्याला एकदासुद्धा वाटलंच नाही.

अशा प्रकारे रावणाला त्याचा पहिला शाप मिळाला. त्या काळी अयोध्येवर सूर्यवंशातील राजा अनरण्य हा राज्य करत होता. तो एक न्यायी राज्यकर्ता होता. त्याच्या राजवटीतच रावणानं एकामागोमाग एक राज्यांवर स्वारी करून, त्याला

विरोध करणाऱ्यांचा वध करून आपल्या राज्याचा विस्तार करण्यास सुरुवात केली.

रावणाची राजा अनरण्याशी गाठ पडताच त्यानं त्याला धमकावलं, ''मला शरण ये आणि तुझं राज्य माझ्या हवाली कर.'' परंतु राजा अनरण्यानं तसं करण्यास नकार दिला. त्यामुळे दोन्ही सेनांमध्ये जोरदार युद्धाला तोंड फुटलं; परंतु रावणाच्या बलाढ्य सेनेपुढे अनरण्याचा टिकाव लागला नाही. अनरण्य युद्धभूमीवर जखमी अवस्थेत रथातून खाली पडला. त्याचा अपमान करून त्याला हिणवत रावण म्हणाला, ''अरे मूर्खा, मी किती बलाढ्य आहे याची तुला कल्पना नाही का? तिन्ही लोकांमधलं कुणीच माझा पाडाव करू शकत नाही. तू माझ्याविरुद्ध युद्धात कधीही जिंकू शकणार नाहीस.''

''रावणा, तू अत्यंत दुष्प्रवृत्त आहेस. मी या युद्धभूमीवर मरणासन्न अवस्थेत पडून आहे. माझा शेवटचा श्वास घेण्यापूर्वी मी तुला माझ्या हृदयापासून शाप देत आहे – मी जर खरोखर एक उत्तम शासनकर्ता आणि निःस्पृह राजा असेन, तर माझ्याच कुळामधील पुरुष भविष्यात तुझ्या मृत्यूला कारणीभूत होईल.''

पुढे श्रीरामचंद्रांच्या जन्मानंतर काही वर्षांतच हा शाप खरा ठरणार होता. हा रावणाला मिळालेला दुसरा शाप होता.

एक दिवस रावण असाच आपल्या पुष्पक विमानातून जात असताना त्याला वाटेत एक अलौकिक सौंदर्यवती तप करताना दिसली. रावणाची स्त्रीलंपट वृत्ती जागृत झाली. तो तत्काळ तिच्याजवळ गेला. तिची तपश्चर्या भंग करत तो म्हणाला, ''हे सुंदरी, तू कोण आहेस? मी सर्व जगतात बलाढ्य असा रावण आहे. मला तुझ्याशी विवाह करून माझ्या नगरीला– म्हणजे लंकेला घेऊन जायचं आहे.''

त्याचे शब्द ऐकून त्या तरुणीनं सावकाश डोळे उघडले. ती म्हणाली, ''मी वेदवती. मी बृहस्पती ऋषींची नात आहे. बृहस्पती म्हणजे देवांचे गुरू. मला तुझ्याशी विवाह करण्यात यत्किंचितही रस नाही. तू इथून निघून जा.''

परंतु तिच्या शब्दांचा रावणाच्या मनावर यत्किंचितही परिणाम झालाच नाही. त्यानं तिचा पिच्छा सोडला नाही. अखेर वेदवती संतप्त झाली. ''तू माझ्या बोलण्याचा अनादर करत आहेस. म्हणून मी तुला असा शाप देते, की पुढील जन्मात तुझ्या मृत्यूचं मी कारण होईन.'' एवढं बोलून वेदवती अंतर्धान पावली. पुढील जन्मात ती श्रीरामचंद्राची पत्नी सीता होणार, हे विधिलिखित होतं.

हा रावणाला मिळालेला तिसरा शाप होता.

त्यानंतर काही काळ गेला. रावणाचा मंदोदरीशी विवाह झाला. मयासुर आणि स्वर्गातील नर्तिका हेमा यांची ती कन्या. असं म्हणतात, की रावणानं चतुरंग नावाचा एक खेळ शोधून काढला होता. आजच्या काळातील बुद्धिबळाचा खेळ यातूनच निर्माण झाला. त्यानं मंदोदरीला हा खेळ शिकवला होता.

मंदोदरी ही एक धार्मिक आणि सत्प्रवृत्त स्त्री होती. आपल्या पतीच्या अंगी असलेल्या दुर्गुणांची तिला कल्पना होती, पण तिचं आपल्या पतीवर प्रेम होतं आणि ती त्याच्या आत्म्याच्या शुद्धीसाठी रोज प्रार्थना करत असे. मंदोदरीला रावणापासून तीन पुत्र झाले. पहिल्या पुत्राचं नाव होतं मेघनाद, कारण त्याच्या जन्माच्या वेळी आकाशात मेघगर्जना सुरू होत्या. मेघनाद मोठा झाल्यावर उत्तम योद्धा झाला. त्याच्या शौर्याची इंद्रदेवालासुद्धा भीती वाटत असे. मेघनादानं आपल्या वडिलांकडून मायावी विद्येचं शिक्षण घेतलं. त्यानंतर तो इंद्रदेवावर स्वारी करून गेला. इंद्रदेवाच्या जवळ जाताच तो मायावी विद्येचा वापर करून अदृश्य झाला. अशा रीतीनं त्यानं इंद्राचा पाडाव केल्यामुळेच त्याला इंद्रजित असंही नाव पडलं. पुढे राम आणि लक्ष्मण यांच्याबरोबर झालेल्या युद्धातही त्यानं याच क्लृप्तीचा वापर केला.

एक दिवस रावण स्वर्गात गेलेला असताना तिथली नर्तकी रंभा हिच्यावर त्याची नजर पडली. परंतु रंभेचं रावणाचा पुतण्या, म्हणजेच कुबेराचा मुलगा नलकुबेर याच्यावर प्रेम होतं. रावणाला या गोष्टीची कल्पना असूनसुद्धा त्यानं रंभेचं अपहरण करण्याचा प्रयत्न केला.

योगायोगानं नलकुबेर त्या वेळी तिथे आला. त्यानं क्षुब्ध होऊन रावणाला शाप दिला, ''इथून पुढे जर एखाद्या स्त्रीचं तुझ्यावर प्रेम नसेल किंवा तिला तुझ्यात रस नसेल आणि तरीही तिच्याशी विवाह करण्याचा तू अट्टहास केलास, तर तत्क्षणीच तुझं मरण ओढवेल.''

रावणाला मिळालेला हा चौथा शाप.

रावण हा इतका ज्ञानी आणि विद्वान असूनसुद्धा स्त्रियांच्या बाबतीतल्या त्याच्या या दुर्गुणामुळे त्याचा मृत्यू ओढवला.

रावणाचं अधःपतन

रावणाचं हे असं दुर्वर्तन, राज्यांवर आक्रमण करून एकामागोमाग एक राज्यं काबीज करणं, वाटेत आलेल्या सर्वांचा काटा काढणं, सर्वत्र उत्पात माजवणं हे सत्र चालूच होतं. तो राजांना कैदेत टाकून सुंदर स्त्रियांचं अपहरणही करत होता.

रावण जेव्हा महिष्मती नगरीत जाऊन पोहोचला, तेव्हा तो त्या नगरीच्या राजाच्या राजवाड्यात गेला. त्या नगरीचा राजा अर्जुन (यालाच कार्तवीर्य अर्जुन असं म्हणत) याला एक हजार बाहू होते, त्याचप्रमाणे त्याला अग्निदेवाचा आशीर्वाद लाभलेला असल्यामुळे त्याचं संरक्षणही होतं.

परंतु त्या वेळी राजा आपल्या निवासस्थानी नव्हता. रावण अधीरपणे गर्जना

करत म्हणाला, ''कुठे आहे हा राजा? त्यानं मला शरण यावं, अशी माझी इच्छा आहे.''

राजा त्या वेळी आपल्या पत्नीसोबत नर्मदा नदीवर जलक्रीडेसाठी गेला होता. राजाच्या मंत्रिमंडळाला ही गोष्ट अर्थातच माहीत होती; पण रावणाला कुणीही काहीही सांगितलं नाही. एक मंत्री खूप हुशार होता. तो म्हणाला, ''महाराज कुठेतरी गेले आहेत; पण ते नक्की कुठे आहेत, याची आम्हाला कुणालाच काही कल्पना नाही.''

रावणाकडे प्रवास करण्यासाठी पुष्पक विमान होतं. त्यामुळे आकाशातून टेहळणी करून कुणाचाही ठावठिकाणा शोधणं त्याला सहज शक्य होतं. त्याप्रमाणे कार्तवीर्य अर्जुनाचाही शोध घ्यावा, असं त्यानं ठरवलं. पण त्याआधी भगवान शंकरांची आराधना करून त्यांचे आशीर्वाद घेण्याच्या उद्देशानं तो नर्मदेच्या तीरी गेला. तिथे एकाकी जागा शोधून नदीत स्नान करून तो शुचिर्भूत झाला. पाण्यातून बाहेर येऊन एक रेतीचं शिवलिंग बनवून तो त्याची पूजा करण्यासाठी बसला. त्यानं भगवान शंकरांची प्रार्थना सुरू केली.

तो असा ध्यानस्थ बसलेला असताना अचानक नर्मदा नदीच्या पात्रातील पाणी उंचबळून प्रवाहाबाहेर आलं आणि रावणानं बनवलेलं शिवलिंग वाहून गेलं. रावणाला नर्मदा नदीचा संताप आला. ''मी भगवान शंकरांची पूजा करायला बसलेलो असताना आपल्या पाण्याने शिवलिंग उद्ध्वस्त करण्याची या नर्मदेची हिंमत तरी कशी झाली?'' तो म्हणाला.

त्यानं अस्वस्थ होऊन आपली पूजा थांबवली आणि पाण्याचा प्रवाह असा उचंबळून अचानक बाहेर कसा पडला याचा शोध घेण्यासाठी त्यानं आपल्या मंत्र्याला पाठवलं. ते सेवक जरा वेळानं परत येऊन म्हणाले, ''महाराज, एक हजार बाहू असलेला एक माणूस नदीच्या पात्रात आपले बाहू फैलावून प्रवाहाचं पाणी बांध घातल्याप्रमाणे अडवून बसला आहे. त्याच्या कुटुंबाची त्या ठिकाणी जलक्रीडा चालू आहे.''

ते ऐकताच तो हजार हातांचा माणूस म्हणजेच कार्तवीर्य अर्जुन हे रावणाला कळून चुकलं. मग त्यानं आपल्या मंत्र्याला कार्तवीर्य अर्जुनाकडे पाठवलं. तो मंत्री राजापाशी जाऊन म्हणाला, ''लंकाधीश रावण या नदीकाठी भगवान शंकराच्या उपासनेसाठी बसले आहेत; परंतु तुम्ही नर्मदेकाठी सुरू असलेल्या त्यांच्या उपासनेत व्यत्यय आणलात. तेव्हा आता युद्ध होणार.''

त्यावर कार्तवीर्य अर्जुन म्हणाला, ''तुम्ही तुमच्या राजाला जाऊन सांगा, झाल्या प्रकाराबद्दल मी फार दिलगीर आहे. ते या ठिकाणी भगवान शंकरांच्या उपासनेसाठी बसले आहेत, याची मला यत्किंचितही कल्पना नव्हती. परंतु मी इथे

माझ्या कुटुंबीयांसमवेत आलो आहे. आत्ता सूर्यास्ताची वेळ झाली आहे. जर युद्ध सुरू होणारच असेल, तर ते उद्या सुरू होईल.''

परंतु रावणाची दुसरा दिवस उजाडेपर्यंत थांबण्याची तयारी नव्हती.

''हे पाहा, लंकाधीश रावण तुमच्या सोयीचा विचार करून हे युद्ध उद्यावर ढकलण्यास राजी नाहीत,'' रावणाचा दूत कार्तवीर्य अर्जुनाला म्हणाला.

आणि युद्धाला तोंड फुटलं.

दोन्ही पक्ष तुल्यबळच होते. रावण अत्यंत शौर्यानं, सर्व शक्तिनिशी लढला; परंतु कार्तवीर्य अर्जुनाच्या हजार बाहूंनी रावणाला विळखा घालून त्याला जेरबंद केलं. रावणाच्या मुसक्या बांधून कार्तवीर्य अर्जुन त्याला आपल्या राजधानीत घेऊन गेला.

हा रावणाचा पहिलाच पराभव होता. त्या अपमानाचं शल्य त्याला फार बोचलं.

कार्तवीर्य अर्जुन त्याला म्हणाला, ''राज्यामागून राज्ये जिंकत जाणारा तू काही एकटाच बलाढ्य राजा नाहीस. आता माझ्या सामर्थ्याचा तुला अंदाज आलाच आहे. मी तुला फक्त एवढंच सांगू इच्छितो, की विनाकारण इतर राज्यांवर स्वारी करणं, निरपराध जीवांची कत्तल करणं मला पसंत नाही. मला तर तुझ्या राज्याचासुद्धा मोह नाही. मला फक्त तुला चांगली अद्दल घडवायची होती. युद्धाचा खरा अर्थ जर तुला जाणून घ्यायचा असेल, तर तू एकदा माझ्या गुरूंची भेट घे. माझे गुरू म्हणजेच वाली. हे किष्किंधा नगरीचे महाराज आहेत.''

नेमके त्याच वेळी रावणाचे आजोबा पुलस्त्य ऋषी हे कार्तवीर्य अर्जुनाची भेट घेण्यासाठी महिष्मती नगरीला आले होते. पुलस्त्य ऋषी अतिशय विद्वान आणि चारित्र्यवान आहेत अशी त्यांची ख्याती असल्यामुळे ते जिथे जातील, तिथे त्यांचं अत्यंत आदरपूर्वक स्वागत होई.

कार्तवीर्य अर्जुनानं त्यांना नम्रपणे विचारलं, ''गुरुवर्य, मी तुमची काय सेवा करू?''

''अर्जुना, तू माझ्या नातवाला मुक्त कर,'' पुलस्त्य ऋषी म्हणाले. ''त्याच्या प्रारब्धात जे काही लिहिलं आहे, ते त्याला पूर्ण करावंच लागेल. आणि ते बरंच काही आहे.''

आपल्या आजोबांनी आपल्या सुटकेसाठी बोलणी करावी, हे पाहून रावणाची मान शरमेनं खाली झाली. कार्तवीर्य अर्जुनानं रावणाची केवळ सुटकाच केली नाही तर त्याला असंख्य भेटवस्तूही दिल्या. ''रावणा, तू अत्यंत विद्वान आहेस. भगवान शंकरांचा तुझ्याएवढा निस्सीम भक्त आणखी कुणीच नसेल. पण तू तुझी शक्ती आणि सामर्थ्य असं बिनमहत्त्वाच्या ऐहिक गोष्टींच्या मागे धावण्यात वाया घालवू

नकोस. तू एक लक्षात घे, तूसुद्धा एका फार महान ऋषींच्या कुळात जन्म घेतला आहेस. आपल्यामध्ये जे काही घडलं ते सर्व काही विसरून आपण एकमेकांचे मित्र होऊ.''

अशी एक आख्यायिका आहे, की जेव्हा कुणाची एखादी वस्तू हरवते, तेव्हा त्या व्यक्तीनं कार्तवीर्य अर्जुनाची करुणा भाकायची असते. तो आपल्या हजार हातांनी ती वस्तू शोधून ती तुम्हाला सापडेल, अशी व्यवस्था करतो.

रावणाला अशा रीतीने बंदिवासातून मुक्ती तर मिळाली, पण तो मनातून अत्यंत नाराज होता. जसजसे दिवस लोटले, तसतसा सामर्थ्यशाली आणि शूर वालीशी सामना करण्याचा त्यानं ध्यासच घेतला.

रावणानं बऱ्याच विचारांती वालीशी युद्ध करण्याचा निर्णय घेतला. वानरांचा राजा असलेल्या वालीचा आपण सहज पराभव करू शकू, असा त्याला विश्वास होता. एकदा वालीवर आपण विजय मिळवला, की सगळ्या जगाला आपल्या ताकदीची कल्पना येईल, असं रावणाला वाटत होतं. त्यामुळे तो वालीचा शोध घेण्यासाठी निघाला.

एक दिवस वाली समुद्रामध्ये सूर्यदेवाला अर्घ्य देत उभा असताना रावणाची त्याच्यावर नजर पडली. रावणानं वालीच्या मागच्या बाजूनं त्याच्यावर हल्ला केला, पण वालीच्या शेपटीनं रावणाभोवती घट्ट विळखा घातला. वालीनं रावणाला अशा रीतीनं आपल्या शेपटामध्ये घट्ट पकडून प्रार्थनामग्न अवस्थेत जगाला प्रदक्षिणा घालण्यास सुरुवात केली.

रावण हतबल झाला. त्यानं वालीकडे क्षमायाचना केली आणि पुन्हा कधीही वालीशी युद्ध न करण्याचं त्याला वचन दिलं.

हा रावणाचा दुसरा पराभव.

काही दिवसांतच रावणानं आपल्या दुष्कर्मांचं सत्र पुन्हा सुरू केलं. त्याला आता सीतेची मोहिनी पडली होती. त्यामुळे त्यानं तिचं अपहरण करण्याची योजना आखली. त्यानं आपला मामा मारीच याला आपल्या बेताविषयी सांगून त्याची मदत मागितली. मारिचानं आपल्या भाच्याची समजूत काढली. ''रावणा, तुझ्या संपर्कात जे कुणी येतात, ते तुला बरं वाटेल असंच बोलतात. तू इतका सामर्थ्यशाली आहेस, जगात तुझं स्थान इतकं उच्च आहे, की तुझ्यासमोर खरं खरं, मनातलं बोलण्याची हिंमत कोण करणार? तुला योग्य तो सल्ला देणारे लोक तसे कमीच असणार आणि त्यांनी दिलेला सल्ला कदाचित तुला कानांनी ऐकताना गोड

वाटणारही नाही. कधीकधी एखादं कडू औषध आपल्या प्रकृतीसाठी जसं योग्य ठरतं, तसंच हे आहे. राम हा अत्यंत शूर योद्धा आहे आणि त्याची पत्नी तुझ्या मनात कितीही भरली असली, तरी तिला मिळवण्याचा विचार तू मनातून काढून टाक. ते धर्माच्या विरुद्ध आहे. तू एक राजा आहेस. तुझं वागणं नैतिकतेला धरून असलं पाहिजे. तू तुझ्या सदाचरणानं तुझ्या प्रजाजनांसमोर आदर्श घालून दिला पाहिजेस. तू सदासर्वकाळ धर्माला अनुसरूनच वागलं पाहिजेस.''

रावणानं मात्र मारिचाचं काहीही ऐकून घेतलं नाही. उलट त्यानं मारिचाला एका कांचनमृगाचं मायावी रूप धारण करण्यास भाग पाडलं. या कांचनमृगाचा वेध घेण्यासाठी श्रीराम त्याच्या मागे, स्वतःच्या पर्णकुटीपासून आणि पत्नीपासून बराच दूर जाईल, अशी परिस्थिती त्यानं निर्माण केली.

मारिच त्या मायावी कांचनमृगाचं रूप धारण करता करता दुःखानं म्हणाला, ''माझा मृत्यू तर आता अटळच आहे. एक तर तू माझा वध करशील किंवा मला श्रीरामांच्या हातून मृत्यू येईल आणि यात मला जर पर्याय निवडण्याचं स्वातंत्र्य असेल, तर मी प्रभू रामचंद्रांच्या बाणानं मृत्यू पावणं, हे मी माझं भाग्य समजेन.''

रावण जेव्हा सीतेचं अपहरण करून तिला घेऊन लंकेला पोहोचला, तेव्हा त्याचा धाकटा भाऊ बिभीषणानं त्याला चार समजुतीचे शब्द सांगितले. तो म्हणाला, ''बंधू, तू श्रीरामांशी वैर पत्करू नकोस. तू त्यांची पत्नी सीता हिला तिच्या इच्छेविरुद्ध बंदिवासात ठेवू नकोस. ते अयोग्य आहे.''

परंतु दुराग्रही रावणानं त्याच्या बोलण्याकडे दुर्लक्ष केलं.

लंकिनी ही एक बलाढ्य राक्षसी होती. ती लंकानगरीचं संरक्षण करत असे. ब्रह्मदेवानं तिला असं सांगितलं होतं, की जेव्हा एक वानर तिचा पराभव करेल, तेव्हा लंका नगरीच्या अधःपतनास सुरुवात होईल. तिचं आणि हनुमानाचं युद्ध झालं. त्या युद्धात तिचा पराजय झाला. त्याच क्षणी पुढे काय वाढून ठेवलं आहे, याची तिला जाणीव झाली. ती ताबडतोब रावणाला सावध करण्यासाठी त्याच्याकडे गेली. ती म्हणाली, ''महाराज, आज जी घटना घडली, तिच्याकडे दुर्लक्ष करू नका. आपल्या लंकानगरीच्या अधःपतनाला सुरुवात झाली आहे. कृपा करून तुम्ही सीतेची मुक्तता करा आणि तिला तिच्या पतीकडे पाठवा.''

अशाच प्रकारचा उपदेश रावणाच्या कुटुंबीयांनी आणि स्नेहजनांनीसुद्धा केला. पण त्या कशाचाही काही उपयोग झाला नाही. कुंभकर्णानंसुद्धा सीतेला मुक्त करून तिची पाठवणी करण्याविषयी रावणाला सांगितलं; पण रावणानं ते न ऐकता कुंभकर्णालाच रामाशी लढण्यासाठी पाठवलं.

अखेर कुंभकर्ण युद्धभूमीवर येऊन दाखल झाला. येता क्षणीच त्यानं गर्जना केली, ''ज्या पुरुषानं गेल्या चौदा वर्षांत तहान, भूक, निद्रा या कशाचीही पर्वा

केलेली नाही, अशा पुरुषाशी लढण्यासाठी मी आज येथे आलो आहे.''

''हा नक्की कुणाविषयी बोलतो आहे?'' प्रत्येकाच्या मनात प्रश्न उमटला.

राम पुढे येऊन म्हणाला, ''तू तर माझा भाऊ लक्ष्मण याच्याविषयीच बोलत आहेस. माझी सेवा करत असताना गेली चौदा वर्षं त्यानं तहान, भूक, निद्रा यांपैकी कशाचीच पर्वा केलेली नाही.''

अशा रीतीनं कुंभकर्ण आणि लक्ष्मण यांच्यात तुंबळ युद्ध झालं. यात लक्ष्मणाला जिव्हारी घाव लागला. त्यानंतर श्रीरामांनी कुंभकर्णाचा वध केला.

आपला कुणीच पाडाव करू शकत नाही, अशी रावणाची समजूत होती. रावणाच्या मस्तकाचा जर कुणी वेध घेतलाच, तर त्या मस्तकाच्या जागी नवीन मस्तक उगवत असे. त्याचं गुपित रावणाच्या नाभीमधील अमृतामध्ये होतं, हे गुपित फारच थोड्या लोकांना माहीत होतं.

परंतु अखेरीस बिभीषणानं हे गुपित श्रीरामचंद्रांपाशी उघड केलं आणि विधिलिखित खरं झालं. रावणाचा अंत श्रीरामांच्या हातून झाला.

देवाच्या वाटेला कुणी जाऊ नये

लंकेचा राजा रावण हा निस्सीम शिवभक्त होता. त्याची आईसुद्धा भगवान शंकरांची भक्ती करत असे आणि रावणाच्या मनात शिवभक्तीचं हे बीज तिनेच पेरलं होतं.

एक दिवस कैलास पर्वतावर जाऊन भगवान शंकरांची घोर तपश्चर्या करण्याचा रावणानं निश्चय केला. निघण्यापूर्वी तो आपल्या मातेची भेट घ्यायला गेला. ती म्हणाली, "बाळा, भगवान शंकरांकडे कोणत्याही ऐहिक सुखाची मागणी करू नये. त्याऐवजी अमरत्व आणि अमर्याद शक्तीचं प्रतीक असलेल्या आत्मलिंगाची त्यांच्याकडे मागणी कर."

रावणानं ते मान्य केलं. तो घरातून निघाला आणि कैलास पर्वतावर जाऊन तपश्चर्येला बसला. त्याला स्वतःबद्दल, स्वतःच्या भक्तीबद्दल प्रचंड आत्मविश्वास होता. घोर तपश्चर्येत आणि ध्यानधारणेत कित्येक वर्षं गेली; परंतु भगवान शंकर काही अवतीर्ण झालेच नाहीत. मग रावणानं आणखी उग्र तपश्चर्येला प्रारंभ केला.

रावणाच्या आत्मलिंगप्राप्तीच्या ध्यासाची भगवान श्रीविष्णूंना पूर्ण कल्पना होती. रावणाच्या हाती ते आत्मलिंग पडावं, असं त्यांना अजिबात वाटत नव्हतं. रावण हा एक असुर होता. त्याच्या हातात जर ते आलं असतं, तर त्यानं नुसता हैदोस घातला असता, देवांना हैराण केलं असतं. ते मनाशी म्हणाले, 'भगवान शंकर जेव्हा रावणासमोर अवतीर्ण होतील, त्या वेळी मी रावणाच्या मनात शिरून त्याच्या विचारांवर नियंत्रण करीन.'

अखेर भगवान शंकर रावणासमोर अवतीर्ण झाले. त्यांना पाहताच रावण म्हणाला, "हे भगवन्, मी तुमची किती अधीरतेने प्रतीक्षा करत होतो. तुम्ही जर आत्ता माझ्यासमोर प्रकट झाला नसता, तर मी हा अख्खा कैलास पर्वतच उचलून माझ्या निवासस्थानी नेला असता."

"ते काय इतकं सोपं आहे का, रावणा?" भगवान शंकर स्मितहास्य करत म्हणाले.

"ते इतकं काही अवघड नाही. मी रावण आहे. माझ्या अंगी दहा मस्तकांची आणि वीस हातांची शक्ती आहे. मला काहीच अशक्य नाही." रावण बढाई मारत म्हणाला.

"तसं असेल तर मग मी कैलास पर्वतावर जाऊन बसतो आणि तू मला तुझ्या घरी घेऊन जा." भगवान शंकर म्हणाले.

रावणानं आपल्या हाताचा तळवा कैलास पर्वताखाली घातला आणि तो त्या पर्वताला उचलून घेण्याच्या पवित्र्यात उभा राहिला. त्यावर पर्वतावर बसलेल्या भगवान शंकरांनी आपल्या एका पायाचा केवळ अंगठा जमिनीला टेकवला. त्याबरोबर रावणाच्या हाताचा पंजा आणि बोटे त्या पर्वताखाली चेंगरली. त्याने आपला हात बाहेर काढण्याचा खूप प्रयत्न केला; पण त्यात त्याला यश आलं नाही. भगवान शंकरांची महती त्याला समजली. त्यानं शंकरांसमोर क्षमायाचना केली. हिंदू धर्मात याच क्षमायाचनेला शिवतांडव स्तोत्रम् असं म्हणतात.

कनवाळू हृदयाच्या भगवान शंकरांनी जमिनीला टेकवलेला पायाचा अंगठा उचलला. रावणाला आपली बोटे बाहेर काढता आली. रावणानं त्यांच्या समोर नतमस्तक होऊन जी प्रार्थना केली, त्यामुळे भगवान शंकर प्रसन्न झाले. ते म्हणाले, "तू माझा इतका मोठा भक्त आहेस, की तू जे काही वरदान माझ्याकडे मागशील, ते मी तुला द्यायलाच हवं. सांग बरं, तुझी काय इच्छा आहे?"

रावण भगवान शंकरांकडे आत्मलिंगाची मागणी करणार इतक्यात भगवान विष्णू त्याच्या मनात शिरले. रावणानं शंकरांसोबत असलेल्या पार्वतीकडे एकवार पाहिलं आणि नकळत त्याच्या तोंडून शब्द उमटले, "मला पार्वती हवी आहे."

भगवान विष्णू स्वतःच्या या क्लृप्तीवर खूश झाले. रावणाला पार्वती मिळणं तर अशक्यप्रायच होतं, पण रावणाच्या हातून घडलेल्या प्रमादाबद्दल आता भगवान शंकरांकडून त्याला महाभयंकर शिक्षा मिळणार, हेही उघडच होतं.

रावणाच्या या उपमर्दकारक वागण्यामुळे पार्वतीदेवी क्षुब्ध झाली. परंतु भगवान शंकर मात्र शांत होते. ते मंद स्मित करत म्हणाले, "तिला नेणं तुला शक्य असलं, तर खुशाल घेऊन जा. तुला माझी परवानगी आहे."

भगवान शंकरांचे हे शब्द ऐकून पार्वती संतप्त झाली. ती म्हणाली, "असं कसं तुम्ही मला दुसऱ्याला देऊन टाकू शकता? मी संपूर्ण विश्वाची माता आहे. तुमची अर्धांगिनी आहे. तुम्ही मला तुमच्यापासून विलग कसं काय करू शकता? तुम्ही स्वतः तर अर्धनारीनटेश्वर आहात. तुमचं अर्धं शरीर म्हणजे मी आहे."

"अगं पार्वती, तू अशी संतप्त होऊ नकोस," शंकर हसून म्हणाले. "यानंतर

काय करायचं, ते तर तुला माहीतच आहे. तुला मी लवकरच भेटेन.''

पार्वतीचा आता नाइलाज झाला. ती रावणाच्या पाठोपाठ चालू लागली. साक्षात पार्वती देवी आपल्या मागोमाग येत आहे या कल्पनेनं रावण हर्षभरित झाला.

ते दोघंही लंकेकडे निघाले. जरा वेळानं रावणानं मागे वळून पाहिलं, तर त्याला पार्वती कुठेच दिसेना. आश्चर्यचकित होऊन रावणानं तिचा सर्वत्र शोध घेण्यास सुरुवात केली. पार्वती अचानक कुठे अदृश्य झाली असावी, हे त्याला कळेना.

तो पार्वतीचा शोध घेत असताना त्याला वाटेत नारदमुनी भेटले. नारदमुनी हे ब्रह्मदेवाचे पुत्र आणि भगवान विष्णूंचे भक्त होते. त्यामुळेच त्यांना तिन्ही लोकांमध्ये मुक्त संचार करण्याची मुभा होती. ते हातात तंबोरा घेऊन 'नारायण, नारायण' असं सतत नामस्मरण करत सर्वत्र भ्रमंती करत असत. नारदमुनी हे नेहमी संदेशवाहकाचं काम करत. ते अनेकदा सर्वांना सल्ला देत, पण कधीतरी मुद्दाम चुकीच्या मार्गालाही पाठवून देत. देव, राजे आणि असुर या सर्वांशी ते सारखंच वागत.

''पार्वतीला कुठे पाहिलंत का?'' असं रावणानं नारदमुनींना विचारताच ते म्हणाले, ''हे बघ, जी तुझ्यामागे येत होती, ती काही खरी पार्वती नव्हतीच. खरी पार्वती तर पाताळलोकात लपून बसली आहे. तिला पाहता क्षणीच तुला तिची ओळख पटेल, कारण ती अद्वितीय लावण्यवती आहे. ती भगवान शंकरांकडे परत निघून जाण्याआधी ताबडतोब तू पाताळलोकात जा.''

पाताळ हे मयासुराचं निवासस्थान होतं. मयासुर हा असुरांचा स्थापत्यपती होता. तो, त्याची सुंदर पत्नी हेमा आणि कन्या मंदोदरी हे तिघंही पाताळात राहत असत. मंदोदरीच्या सौंदर्याची ख्याती सर्वदूर पसरली होती. ती अक्षरशः एकमेवाद्वितीय लावण्यवती होती. मयासुरानं जेव्हा लंका निर्माण केली, तेव्हा राजप्रासादाच्या पुष्पवाटिकेत चालणाऱ्या रावणाला मंदोदरीनं अनेकदा पाहिलं होतं. काही दिवसांतच तिचं त्याच्यावर प्रेम जडलं होतं. लंकाधीश रावणाबरोबर विवाह करण्याची आपली इच्छा तिनं मयासुराला बोलूनसुद्धा दाखवली होती.

इकडे पार्वतीदेवीच्या शोधात रावण पाताळलोकात जाऊन पोहोचला, पण जेव्हा तिथे त्यानं मंदोदरीला पाहिलं, तेव्हा तो तिच्या प्रेमात पडला. त्याला मनोमन वाटलं, ''हीच खरी पार्वती आहे.''

पाताळात लपून बसलेल्या खऱ्याखुऱ्या पार्वतीनं या संधीचा फायदा घेऊन गुपचुप आपल्या पतीकडे कैलास पर्वतात प्रयाण केलं.

मंदोदरीच्या प्रेमात आकंठ बुडून गेलेला रावण मयासुराला म्हणाला, ''मला या तरुणीशी विवाह करायचा आहे.''

मयासुर आणि हेमा या विवाहासाठी आनंदानं राजी झाले. "ही आमचीच कन्या आहे," मयासुर म्हणाला; परंतु मंदोदरीच्या सौंदर्यानं मंत्रमुग्ध झालेल्या रावणाचं त्याच्या बोलण्याकडे मुळीच लक्ष गेलं नाही. अत्यंत समारंभपूर्वक रावण आणि मंदोदरी यांचा विवाह पार पडला.

काही दिवसांनी आपल्या पत्नीसह रावण लंकेत आला. त्यानं आपल्या मातेशी तिची ओळख पार्वती अशी करून दिली, पण कैकसीनं मात्र ती मयासुराची कन्या मंदोदरी असल्याचं एका दृष्टिक्षेपातच ओळखलं.

"पुत्रा, ही पार्वती नसून महान स्थापत्यपती मयासुराची कन्या मंदोदरी आहे. हे तू काय केलंस?" ती म्हणाली.

क्षणार्धात भगवान विष्णूंनी निर्माण केलेलं मायाजाल संपुष्टात आलं आणि आपलं मूळ ध्येय काय होतं, ते रावणाला स्पष्टपणे आठवलं. आपली दोन वेळा फसगत झाली असल्याचं त्याला कळून चुकलं. एकदा भगवान विष्णूंकडून आणि एकदा नारदमुनींकडून.

त्याच्या आईनं त्याला शांत करून त्याची समजूत काढली. ती म्हणाली, "बाळा, चूक तर तुझीच आहे. तू खुशाल पार्वतीचा हात कसा काय मागितलास? तुला त्या वेळी नक्की काय झालं होतं? पण ते काहीही असलं, तरी मला मंदोदरी सून म्हणून पसंत आहे. ती एक उत्तम पत्नी होईल. तू आता परत जा आणि पुन्हा एकदा तपश्चर्या कर; पण या खेपेला कोणतीही चूक करू नकोस."

मग रावणानं आपल्या प्रिय पत्नीसोबत लंकेमध्ये काही वेळ व्यतीत केला. त्यानंतर त्यानं पुन्हा एकदा तपश्चर्येला प्रारंभ केला. आता या खेपेला स्वतःची मुळीच फसगत होऊ द्यायची नाही, असा त्यानं मनोमन निर्धार केला होता.

त्याच्यावर प्रसन्न होऊन भगवान शंकर त्याच्यासमोर प्रकट होणारच होते, इतक्यात त्यांची पत्नी पार्वती हिनं त्यांना सावध केलं. "नाथ, तुम्ही गेल्या वेळेसारखं त्याला काहीही मागण्याचं स्वातंत्र्य अजिबात देऊ नका. कारण तो जे काही मागेल, ते जर तुम्ही त्याला दिलंत, तर त्यानंतर तो तिन्ही लोकांमध्ये नुसता हाहाकार माजवेल.

परत एकदा भगवान शंकर रावणासमोर प्रकट झाले. "वत्सा, तुझ्या भक्तीमुळे मी प्रसन्न झालो आहे. बोल, तुझी काय इच्छा आहे?"

या खेपेला रावणाचं मन जरासुद्धा विचलित झालेलं नव्हतं. तो म्हणाला, "परमेश्वरा, मला आत्मलिंग हवं आहे."

भगवान शंकर आश्चर्यचकित झाले. तो ही अशी काही मागणी करेल, अशी त्यांनी मुळीच अपेक्षा केलेली नव्हती; परंतु त्यांनी त्याला शब्द दिला होता. त्यामुळे त्यांनी आपलं आत्मलिंग त्याच्या हातात दिलं, पण त्याचबरोबर त्यांनी एक अटही

घातली. ''रावणा, माझी एकच अट आहे. हे लिंग तू कधीही जमिनीवर ठेवायचं नाहीस. तू एकदा जरी ते लिंग जमिनीवर ठेवलंस, तर मग ते कायमचं त्याच ठिकाणी राहील.''

रावण ते आत्मलिंग घेऊन भगवान शंकरांचे आभार मानून तिथून निघाला.

हां हां म्हणता रावणाच्या ताब्यात ते आत्मलिंग असल्याची वार्ता तीनही लोकांत पसरली. स्वर्गस्थ देवदेवता भयकंपित झाल्या. रावणासारखा महाशक्तिशाली असुर त्या शिवलिंगाचा नक्कीच दुरुपयोग करणार, यात काहीच शंका नव्हती.

मग सर्व देवदेवता भगवान श्रीगणेशाकडे गेले. ते म्हणाले, ''हे गणेशा, तू तर सर्वांत बुद्धिमान आहेस. कृपा करून आम्हाला मदत कर. ते आत्मलिंग जर रावणाच्या ताब्यात राहिलं, तर आम्ही काही वाचणार नाही.''

''मित्रांनो, तुम्ही काही काळजी करू नका,'' भगवान श्रीगणेश म्हणाला, ''मी ते आत्मलिंग तुम्हाला परत मिळवून देईन.''

रावण रोज सकाळी सूर्यदेवाला अर्घ्य देतो, हे श्रीगणेशाला माहीत होतं. रावण कुठेही असला तरी हा नेम तो कधीच चुकवत नसे.

मग गणेशानं एका गुराख्याचं रूप धारण केलं आणि तो रावणाच्या जवळ जाऊन पोहोचला.

एक मुलगा उगाच इकडेतिकडे भटकत असलेला पाहून रावण त्याला हाक मारून म्हणाला, ''ए मुला, इकडे ये. माझी आता पूजेची वेळ झाली आहे. माझी पूजा संपेपर्यंत तू हे शिवलिंग हातात नीट धरून उभा राहशील का? मी त्याबद्दल तुला भरपूर मोबदला देईन. पण एक लक्षात ठेव, हे अजिबात जमिनीवर ठेवायचं नाही.''

रावणानं ते आत्मलिंग गणेशासमोर धरलं. गणेश हसून म्हणाला, ''हे मी थोडा वेळच हातात धरून उभा राहू शकेन. मला माझ्या गाईंची राखण करायची आहे. तुम्ही जर जास्त वेळ लावलात, तर मग मी हे खाली ठेवून निघून जाईन.''

रावण म्हणाला, ''मला जास्त वेळ नाही लागणार, काळजी करू नकोस.'' असं म्हणून रावण पाण्याकडे गेला आणि सूर्याला अर्घ्य देऊ लागला.

जरा वेळात गणेश ओरडून म्हणाला, ''महाराज!''

''क्षणभर थांब.'' रावण म्हणाला.

जरा वेळानं गणेश पुन्हा ओरडून म्हणाला, ''महाराज, मी इथे जास्त वेळ थांबू शकत नाही. मला जायला हवं.''

रावणानं आपली पूजा अर्ध्यावर सोडली आणि तो धावत त्या गुराख्याकडे गेला, पण तो त्याच्यापर्यंत पोहोचण्याआधीच ते आत्मलिंग जमिनीवर ठेवून तो मुलगा तेथून निघून गेला.

रावण अत्यंत क्रोधित झाला. त्या मुलाचा वध करावा अशी त्याला तीव्र इच्छा झाली. त्यानं त्या मुलाचा सगळीकडे शोध घेतला; पण आपल्या गाईंसह तो गुराखी अदृश्य झाला होता.

रावण त्या आत्मलिंगापाशी परत आला. आपली सर्व शक्ती आणि संताप एकवटून त्यानं ते जमिनीवरून उचलण्याचा प्रयत्न केला; पण त्याचा काहीच उपयोग झाला नाही. रावणानं केलेल्या त्या ओढाताणीमध्ये जरा वेळात त्या आत्मलिंगाचा आकार बदलून ते गोकर्णाप्रमाणे दिसू लागलं.

अत्यंत कष्टी होऊन रावण लंकेला परत गेला. जाताना तो त्या गुराख्याला शिव्याशाप देत होता. तो गुराखी म्हणजे दुसरंतिसरं कुणीही नसून साक्षात श्रीगणेश होते, हे त्याला समजलंच नाही.

ते आत्मलिंग आजही पृथ्वीतलावर 'गोकर्ण' या पवित्र स्थानी आहे. गोकर्ण याचा अर्थ गाईचा कर्ण किंवा कान. हे ठिकाण उत्तर कर्नाटकात आहे. रावण आणि भगवान शंकर यांची ज्या ठिकाणी भेट झाली असं लोक मानतात, त्या जागी श्रीगणेशाची एक छोटीशी मूर्तीसुद्धा आहे.

हनुमान

भाऊ झाले वैरी

किष्किंधा नगरी ही तुंगभद्रा नदीच्या काठावर वसलेली होती. हा डोंगराळ प्रदेश होता. किष्किंधा नगरीचा राजा वाली हा आपला भाऊ सुग्रीव याच्या मदतीनं राज्यकारभार चालवत होता. ही वानरांची नगरी होती.

एक दिवस मायावी नावाचा राक्षस किष्किंधा नगरीच्या वेशीपाशी येऊन दाखल झाला. त्यानं वाली राजाला लढण्यासाठी पाचारण केलं. वालीनंसुद्धा ते आव्हान स्वीकारलं. त्या दोघांची लढाई सुरू झाली. बघता बघता तो मायावी राक्षस जवळच्या एका गुहेत शिरला. त्याच्या पाठोपाठ वालीसुद्धा शिरला; परंतु तत्पूर्वी त्यानं आपला भाऊ सुग्रीव याला गुहेच्या तोंडाशी थांबायला सांगितलं.

असे सहा महिने लोटले, तरीही वाली त्या गुहेतून काही बाहेर पडला नाही. एक दिवस अचानक सुग्रीव याला गुहेच्या आतून किंकाळ्या ऐकू आल्या, त्याचप्रमाणे रक्ताचे लोटसुद्धा गुहेबाहेर वाहू लागल्याचं दिसलं. आपल्या भावाचा गुहेच्या आत दुर्दैवी मृत्यू झाला आहे असं वाटून अत्यंत जड अंतःकरणानं त्यानं त्या मायावी राक्षसाला गुहेच्या आतच डांबून ठेवण्याच्या उद्देशानं गुहेच्या तोंडावर एक मोठा दगड लावून ती गुहा बंद करून टाकली.

आता किष्किंधा नगरीला कुणी राजाच उरला नव्हता. त्यामुळे सुग्रीवानं राज्यकारभार हाती घेतला आणि तो किष्किंधेचा राजा झाला.

एक दिवस अनपेक्षितपणे वाली राजधानीत आला. तो अगदी आरोग्यपूर्ण आणि उत्तम स्थितीत दिसत होता. सुग्रीवाला भेटल्यावर तो त्याच्यावर संतापला. ''तू माझं राज्य कसं काय बळकावू शकतोस? मी तर तुला गुहेच्या दाराशी माझी वाट बघत थांबायला सांगितलं होतं ना? मग असं असताना तू खुशाल गुहेचं तोंड

बंद करून तिथून निघून आलास?''

त्यावर हात जोडून आपल्या वडील बंधूची क्षमा मागत सुग्रीव म्हणाला, ''हे बंधू, मला गुहेच्या आतून किंकाळ्या ऐकू आल्या. तसंच गुहेच्या आतल्या भागातून रक्ताचे पाट बाहेर वाहू लागले. या मायावी राक्षसानं तुझा वध केला असेल, असं मला वाटलं. त्यामुळे आपल्या प्रजाजनांचं त्या राक्षसापासून संरक्षण करण्यासाठी मी त्याला गुहेतच डांबून ठेवायचं ठरवलं. म्हणूनच मी गुहेचं तोंड बंद केलं. या राज्याचा कारभारसुद्धा इतके दिवस मी तुझ्या वतीनेच सांभाळत आहे. मला क्षमा कर आणि तू राज्याची सर्व सूत्रं आपल्या हाती घे.''

परंतु वाली मात्र काहीही ऐकून घेण्याच्या अथवा सुग्रीवाला क्षमा करण्याच्या मनःस्थितीत नव्हता. ''तुला असं कसं वाटलं, की एखादा राक्षस इतक्या सहजासहजी माझा वध करू शकेल? मला लाभलेल्या वरदानाची आणि माझ्या अंगच्या सामर्थ्याची तुला काहीच कल्पना नाही? तू जे काही कृत्य केलंस ते बेजबाबदारपणाचं तर होतंच, पण तुझा त्यामागचा हेतूसुद्धा वाईट होता. खरं तर मला गुहेतून कधी बाहेर काढायचा तुझा विचारच नव्हता. उलट मी त्या गुहेतच बंदिवान राहावं, म्हणून तू प्रयत्न केलेस. शिवाय माझी सुंदर पत्नी तारा हिच्यावर तुझी कायम नजर होती. मी जे काही बोलतोय ते खरं असल्याचं आता तरी कबूल कर.''

सुग्रीवाने स्वतःची बाजू मांडायचा खूप प्रयत्न केला; पण वालीला काहीच पटलं नाही. तो संतप्त होऊन सुग्रीवावर ओरडला, ''आत्ताच्या आत्ता इथून निघून जा. परत जर माझ्या राज्यात पाऊल ठेवलंस, तर मी तुझे प्राण घेईन आणि तू जे काही दुष्कर्म केलेलं आहेस, त्याचा बदला म्हणून मी तुझी पत्नी रुमा हिला इथेच ठेवून घेत आहे. तिला तुझ्याबरोबर जाता येणार नाही.''

आता काहीच तरणोपाय न उरल्यामुळे व्यथित अंतःकरणानं सुग्रीव तिथून निघाला.

ऋष्यमूक पर्वतावर मातंग ऋषी राहत होते. वाली जसजसा सामर्थ्यशाली राजा झाला, तसतसा त्याच्या अंगचा उद्दामपणा वाढू लागला. अखेर एक दिवस त्याचं वर्तन असह्य होऊन मातंग ऋषींनी त्याला शाप दिला. ''हे वाली, तू आता अहंमन्यपणाचा कळस गाठलेला आहेस. त्यामुळे तुझ्या स्वतःच्या अंगी असलेल्या दोषांकडे तू डोळेझाक करत आहेस. त्यामुळे आता तू जर तुझ्या किष्किंधा नगरीत प्रवेश केलास, तर तुझा तत्काळ मृत्यू ओढवेल, असा मी तुला शाप देत आहे.''

त्यांच्या शापवाणीला घाबरून वाली किष्किंधा नगरीपासून दूर राहिला. या गोष्टीचा फायदा घेऊन सुग्रीवानं किष्किंधेला परत येऊन राज्यकारभार आपल्या हाती घेतला; परंतु किष्किंधा नगरीच्या बाहेर कधीही पाऊल टाकलं, तर आपल्या जिवाला धोका आहे, हे तो जाणून होता.

वाली मात्र अजूनही अत्यंत सामर्थ्यशाली होताच. आपलं पूज्य दैवत असलेल्या सूर्यदेवाची उपासना करण्यासाठी कोणत्याही दिशेला संचार करण्याची त्याच्या अंगी क्षमता होती. त्यामुळे सूर्यदेवाबरोबर त्याचीही पूर्वेकडून पश्चिमेकडे भ्रमंती चालू असे. त्याला आणखीही एक वरदान प्राप्त झालेलं होतं. तो जर कुण्या एकाशी लढत असेल, तर लढत असताना आपल्या प्रतिस्पर्ध्याची अर्धी शक्ती त्याला मिळत असे. अशा तऱ्हेने तो जवळजवळ अविनाशीच झालेला होता; पण तरीही आपलं राज्य हातातून गेल्याबद्दल तो फार असमाधानी होता.

ही किष्किंधा नगरी जिथे होती, त्या उत्तर कर्नाटकातील हम्पी या ठिकाणाला आता वर्ल्ड हेरिटेज साईट (विरासत स्थळ) म्हणून घोषित करण्यात आलेलं आहे. विजयनगरच्या साम्राज्याचा उदय या किष्किंधा नगरीतूनच झाला.

फार मोठं उद्दिष्ट

भगवान शंकर आणि पार्वती यांचं सहजीवन बराच काळ अत्यंत सुखासमाधानानं चालू होतं. एक दिवस आपल्या उदरात गर्भ वाढत असल्याची पार्वतीला चाहूल लागली. जसजसे दिवस जात होते, तसतसं आपल्या पोटात वाढणारं बालक अनन्यसाधारण असल्याची तिला जाणीव होऊ लागली. त्यामुळे ती आपले पतिदेव भगवान शंकर यांना म्हणाली, ''माझ्या पोटातील हे बालक अदम्य अशा शक्तीनं सळसळत आहे. त्याला मी अधिक काळ माझ्या पोटात सांभाळू शकेन, असं मला वाटत नाही. नाथ, मी आता काय करू ते तुम्हीच मला सांगा.''

''तू तुझं बाळ आणि त्याच्यामध्ये असलेली सर्व ऊर्जा पृथ्वीला का देत नाहीस?'' भगवान शंकर म्हणाले. ''अखेर पृथ्वी ही संयमाचं आणि धैर्याचं प्रतीक आहे. ती स्वतःमध्ये काहीही सामावून घेऊ शकते.''

त्यानंतर देवी पार्वतीनं आपल्या नाभीमधून ते बाळ पृथ्वीकडे सोपवलं; परंतु त्याला उदरात सामावून घेणं पृथ्वीमातेलासुद्धा कठीण होऊन बसलं. ती कशीबशी आपल्या उदरात त्या बाळाची जपणूक करत असताना एक दिवस वायुदेवतेनं तिला भेट दिली. पृथ्वीची ती असहाय अवस्था पाहून ते तिला म्हणाले, ''तू काळजी करू नकोस. वानरांची राणी अंजनीदेवी हिचा केसरी राजाशी विवाह झालेला आहे. परंतु त्यांना अजून अपत्यप्राप्ती झालेली नाही, त्यामुळे ते दुःखी आहेत. अंजनीराणी निस्सीम शिवभक्त असून, ती आई होण्याच्या इच्छेनं कित्येक वर्षं भगवान शंकराची उपासना करत आहे आणि हे भगवान शंकरांचंच बाळ आहे, त्यामुळे मी या बाळाला अंजनीच्या उदरात नेऊन ठेवतो. तिच्या तपश्चर्येचं याहून चांगलं दुसरं काय फळ असेल?''

अशा रीतीनं त्या अजून जन्म न झालेल्या अर्भकाला वायुदेवानं अंजनीच्या उदरात वाढीसाठी नेऊन ठेवलं. काही काळानं पुत्र जन्माला आला. त्याचं नामकरण अंजनेय असं करण्यात आलं.

अंजनेय अगदी लहान असल्यापासून एक अनन्यसाधारण मुलगा होता. तो अत्यंत बलशाली आणि चपळ होता. तो सर्वांचा खूप लाडका होता. त्याच्यावर भगवान शंकरांचं कृपाछत्र होतं. त्याचप्रमाणे वायुदेवता आणि केसरी राजा यांचंही छत्र होतं. त्यामुळे कुणी त्याच्या केसालासुद्धा धक्का लावू शकत नसे.

एक दिवस अंजनेयाला आकाशात सूर्य चमकताना दिसला. सूर्यबिंब एखाद्या सुंदर लालबुंद फळासारखंच दिसत होतं. त्याला खूप भूक लागलेली असल्यामुळे त्यानं आकाशात उड्डाण करून ते चमकदार आम्रफल घेण्याचा प्रयत्न केला. त्यामुळे भयभीत झालेल्या सूर्यदेवानं इंद्राकडे धाव घेतली. वानरांचा राजपुत्र असलेल्या अंजनेयाकडून आपल्याला धोका असल्याची सूर्यदेवानं देवांचा राजा असलेल्या इंद्राकडे तक्रार केली.

इंद्र अंजनेयावर रागावला. त्यानं आपलं शस्त्र म्हणजेच वज्रायुध हातात घेऊन अंजनेयाच्या गालावर प्रहार केला. त्यामुळे अंजनेयाच्या गालांचा आणि हनुवटीचा आकार बदलला आणि तो आकाशातून खाली कोसळू लागला. वायुदेवानं ही घटना पाहताच ते क्षुब्ध झाले. "ज्या बाळाला मी स्वतःच्या हातांनी पृथ्वीमातेकडून घेऊन अंजनीच्या उदरात नेऊन ठेवलं, त्या बाळाला हा इंद्र अशा प्रकारे कसा काय मारू शकतो? हे बाळ म्हणजे तर साक्षात भगवान शंकराचं प्रतिबिंब आहे, हा एक अनमोल ठेवा आहे." ते म्हणाले.

घडल्या प्रकारानं संतप्त झालेले वायुदेव पृथ्वीवरून निघून गेले. पृथ्वीवरील लोक मृत्युमुखी पडू लागले. लवकरच या जगाचा अंत होण्याची चिन्हं दिसू लागली.

इंद्रदेवानं वायुदेवतेची क्षमा मागून अंजनेयाला आशीर्वाद द्यावा, अशी सर्वांनी इंद्रदेवास विनंती केली.

संपूर्ण मानव जातीचं अस्तित्वच धोक्यात आलेलं पाहून इंद्रदेवानं वायुदेवतेची क्षमा मागितली आणि त्यांनी पृथ्वीवर परत यावं, यासाठी त्यांची मनधरणी केली.

त्या दिवसानंतर सर्व जण अंजनेयाला हनुमान म्हणून ओळखू लागले. हनुमान याचा अर्थ ज्याची हनुवटी वैशिष्ट्यपूर्ण आहे असा. हनुमानाला आणखीही बरीच नावं आहेत. उदाहरणार्थ मारुती, केसरीनंदन आणि बजरंग बली (अत्यंत बलशाली).

या बाळाला सर्व देवदेवतांनी आशीर्वाद दिला.

ब्रह्मदेवानं त्याला असं वरदान दिलं, की युद्धामध्ये कुणीही अस्त्राचा वापर केल्याशिवाय त्याचा वध करू शकणार नाही.

भगवान शंकरांनी त्याला दीर्घायुष्य, विद्वत्ता आणि समुद्र पार करण्याची शक्ती

बहाल केली.

इंद्रदेवानं त्याला आपलं अस्त्र असलेल्या वज्रायुधाहूनही कणखर बनवलं आणि आपल्या वज्राचा इथून पुढे कधीही त्या बाळावर परिणाम होणार नाही, असं वरदान दिलं.

जलदेवता वरुणानं हनुमानाला पाण्यापासून नेहमीच संरक्षण मिळेल, असा आशीर्वाद दिला.

सूर्यदेवानं त्याला दोन वर दिले– अणिमा आणि गरिमा.

त्यामुळे आपल्या शरीराचा आकार पाहिजे तेवढा लहान किंवा मोठा करू शकण्याची शक्ती हनुमानाला प्राप्त झाली.

मृत्यूची देवता यमराजानं त्याला चिरंजीव बनवलं, यमदंडापासून त्याला कधीही भय राहणार नाही, असं वरदान त्याला दिलं.

हनुमान नेहमी आनंदी आणि समाधानी राहील, असा कुबेरानं त्याला आशीर्वाद दिला.

विश्वकर्म्यानं त्याला असं सांगितलं, की ''मी निर्माण केलेलं कोणतंही अस्त्र तुझा वेध घेऊ शकणार नाही.''

वायुदेवतेनं असा आशीर्वाद दिला, ''तू माझ्यापेक्षाही जास्त वेगानं जाऊ शकशील.''

अशा प्रकारे विविध देवदेवतांकडून असे सर्व वर प्राप्त झाल्यानंतर हनुमान सूर्यदेवाकडे गेला. सूर्यदेवांकडून विविध विषयांचं ज्ञान प्राप्त करण्याची इच्छा त्यानं व्यक्त केली. सूर्यदेवांकडे जाण्यापूर्वी त्याने आपल्या देहाचा प्रचंड विस्तार करून भव्य रूप धारण केलं होतं; परंतु त्याची इच्छा ऐकताच सूर्यदेव म्हणाले, ''मी तुला कसं काय शिक्षण देऊ शकणार. माझा तर माझ्या रथातून सतत संचार चालू असतो. मी एका ठिकाणी कधीच नसतो.''

त्यावर हनुमान स्मितहास्य करून म्हणाला, ''देवा, त्याची तुम्ही काहीच चिंता करू नका. मी माझा एक पाय पूर्वेला आणि एक पाय पश्चिमेला रोवून अगदी निश्चल उभा राहीन. मी माझं सर्व चित्त एकवटून एकलक्षीपणानं अध्ययन करीन.''

त्याची ही भक्ती आणि ध्येयासक्ती पाहून सूर्यदेव प्रसन्न झाले. त्यांच्यापाशी असणारं सर्व ज्ञान त्यांनी हनुमानाला दिलं.

सर्व ज्ञानार्जन झाल्यावर हनुमानानं आपल्या गुरूंना 'काय गुरुदक्षिणा हवी' असं विचारलं.

परंतु त्याच्याकडून कोणतीही गुरुदक्षिणा स्वीकारण्यास सूर्यदेवांनी नकार दिला. हनुमानासारखा इतका बुद्धिमान आणि एकलक्षी शिष्य आपल्याला लाभला, हेच आपलं किती मोठं भाग्य, अशी त्यांची भावना होती.

परंतु हनुमानानं गुरुदक्षिणेविषयी खूपच आग्रह धरला. अखेर सूर्यदेव म्हणाले, "ठीक आहे. तू किष्किंधा नगरीला जा. तिथे माझा मानसपुत्र सुग्रीव राहतो. त्याला एका मंत्र्याची, सल्लागाराची आणि सहचराची गरज आहे. तुझा जन्म एक फार मोठं ध्येय सिद्ध करण्यासाठी झालेला आहे; परंतु तू जर किष्किंधा नगरीत जाऊन राहिलास, तरच ते शक्य होईल. जोवर तुला तुझ्या कर्तव्याची हाक येत नाही, तोवर तू माझ्या मानसपुत्राजवळ राहून त्याला साथ दे."

एक दिवस असा उजाडेल, की सुग्रीवाला साहाय्य करत असतानाच हनुमानाची प्रभू रामचंद्र आणि लक्ष्मण या दोघांशी गाठ होईल, याची सूर्यदेवांना कल्पना होती.

बालपणी हनुमान अत्यंत खोडकर होता. ऋषीमुनी ध्यानस्थ बसलेले दिसले, की तो त्यांच्या खोड्या काढायचा. एक दिवस त्याच्या या व्रात्यपणामुळे काही ऋषीमुनी संतप्त झाले. खरं म्हणजे तो अजून एक बालक आहे आणि त्याचा जन्म एका फार मोठ्या कार्यसिद्धीसाठी झालेला आहे, याची त्यांना कल्पना होती; परंतु क्षुब्ध झालेल्या ऋषींनी त्याची कानउघाडणी करत त्याला शाप दिला, "बाळा, तुझ्या अंतरी फार मोठी शक्ती आणि सामर्थ्य जरी असलं, तरी आता त्या सगळ्याचा तुला पूर्ण विसर पडेल. जेव्हा एक योग्य व्यक्ती तुझ्या आयुष्यात येऊन याचं तुला स्मरण करून देईल, तेव्हाच तुझ्या अंगच्या शक्ती जागृत होतील."

रामायणाच्या कथेमध्ये असा एक प्रसंग आहे, जेव्हा हनुमानाला लंकेपर्यंत पोहोचण्यासाठी समुद्र ओलांडून जाण्याची वेळ येते, तेव्हा तो चिंतित होतो. आता हे कसं करायचं, हे त्याला कळत नाही. त्या वेळी जांबुवंत अस्वल त्याला त्याच्या अंगच्या सुप्त शक्तीची आठवण करून देतं. अशा रीतीनं हनुमानाच्या अंतरी असलेल्या सर्व शक्ती जागृत होतात आणि तो समुद्र पार करून लंकेला पोहोचू शकतो. त्यानंतर त्या शक्ती त्याच्या अंगी नेहमी राहतात.

पाच ज्योती, एक श्वास

अहिरावण आणि महिरावण हे दोघे रावणाचे अत्यंत दुष्ट असे सावत्र भाऊ होते. त्यांचं पाताळलोकावर राज्य होतं. ते महामाया देवीचे भक्त होते.

रावण आणि मंदोदरी यांचा मुलगा इंद्रजित आपल्या पित्यासाठी युद्ध लढत असताना त्यात त्याचा मृत्यू झाला. त्यामुळे रावणाला अतिशय दुःख झालं. त्या वेळी त्याला आपल्या या सावत्र भावांची आठवण झाली. त्यानं त्यांना बोलावून घेतलं. ते लंकेला येताच तो म्हणाला, "तुम्ही दोघं राम आणि लक्ष्मण यांना पकडून त्यांचा महामायेला बळी द्या. ते दोघे अत्यंत सत्प्रवृत्त आणि धर्मानं चालणारे राजपुत्र असल्यामुळे त्यांचा बळी दिल्यावर तुमची निश्चितच भरभराट होईल."

रावण आणि त्याच्या सावत्र भावांमध्ये शिजत असलेल्या या कारस्थानाची बिभीषणाला त्याच्या गुप्तहेरांकरवी कुणकुण लागली. त्यानं तत्काळ हनुमानाला निरोप पाठवून ही गोष्ट त्याच्या कानावर घातली. ''हनुमाना, तू राम आणि लक्ष्मण या दोघांची नीट काळजी घे. ते विश्रांती घेत असताना त्यांचं अपहरण करण्याचा अहिरावण आणि महिरावण यांचा बेत आहे.'' असा निरोप त्यानं पाठवला.

हनुमानाला बिभीषणानं अशा प्रकारे सावध केल्यामुळे त्यानं राम आणि लक्ष्मण यांच्यावर डोळ्यांत तेल घालून पहारा ठेवला. अहिरावणानं राम-लक्ष्मणांना पळवण्याचे वेगवेगळे प्रयत्न करून पाहिले; पण प्रत्येक वेळी हनुमानानं त्यांचं रक्षण केलं. अखेर अहिरावण बिभीषणाचं रूप घेऊन राम-लक्ष्मणाच्या छावणीत शिरला. हनुमानानं आणि त्याच्या सैनिकांनी काही हालचाल करण्यापूर्वीच त्या दोघांचं अपहरण करून तो त्यांना पाताळात घेऊन गेला.

घडलेल्या घटनेचं हनुमानाला अतीव दुःख झालं. तो लज्जेनं मान खाली घालून बिभीषणाला म्हणाला, ''महाराज, माझ्याकडून अक्षम्य अपराध झाला आहे. मी माझ्या कर्तव्यात चुकलो आहे. अहिरावण तुमचं रूप घेऊन आल्यामुळे मी त्याला कक्षात सोडलं. आमची फसगत झाली. कृपया तुम्ही आम्हाला साहाय्य करा.''

घडलेली गोष्ट किती गंभीर आहे, हे बिभीषणानं हनुमानाला समजावून सांगितलं. तो म्हणाला, ''हे दोघे भाऊ काय काय करू शकतात, याची मला पूर्ण कल्पना आहे. तू जर तत्काळ राम-लक्ष्मणाची सुटका केली नाहीस, तर हे असुर भाऊ त्यांचा बळी देतील. केवळ तूच त्यांना वाचवू शकतोस. तू आता ताबडतोब इथून नीघ.''

बिभीषणाच्या त्या शब्दांचा जणू हनुमानाच्या कानांवर घणाघात झाला. तो मागे फिरून लगेच पाताळाला जायला निघाला. पाताळाच्या द्वारपालांचा निःपात करून त्यानं पाताळलोकात प्रवेश केला. आत शिरल्यावर त्याला पाच वेगवेगळ्या दिशांना पाच ज्योती तेवताना दिसल्या; परंतु त्या साध्यासुध्या ज्योती नव्हत्या. त्या पाचही ज्योती त्यानं एकाच फुंकरीनं विझवल्या असत्या, तरच पाताळाची सेना नेस्तनाबूत झाली असती.

क्षणार्धातच आपण काय करायला हवं, हे हनुमानाला कळून चुकलं. त्याच्या मूळ चेहऱ्याच्या बाजूनं आणखी चार मुखे उगवली आणि तो पंचमुखी हनुमान झाला. आपली सर्व प्राणशक्ती पणाला लावून त्यानं त्या पाच मुखांनी पाचही ज्योती एकदम विझवल्या.

अशा रीतीनं हनुमानानं अहिरावण आणि महिरावण यांचा सहजगत्या पाडाव करून राम-लक्ष्मणाची सुटका केली. तो त्यांना परत घेऊन आला.

आजही भारतात काही ठिकाणी पंचमुखी प्राणेश्वर म्हणून हनुमानाची पूजा केली जाते.

वाळूचे पिंड आणि पाच साक्षीदार

राम आणि लक्ष्मण यांनी वनवासातून अयोध्येला परतल्यावर गयेला जाऊन आपल्या पित्याचं श्राद्ध केलं. साक्षात भगवान विष्णूंच्या चरणांपासून वाहत फाल्गू नदी गया शहरापर्यंत येऊन पोहोचली होती आणि तिथून पुढे वाहत गेली होती.

दोघे भाऊ नदीत उतरून स्नान करत असताना सीता काठावर बसून वाळूमध्ये हात घालून काहीतरी चाळा करत होती. इतक्यात साक्षात राजा दशरथांची मूर्ती तिच्यासमोर हवेत प्रकटली. ''मला खूप भूक लागली आहे गं.'' ते म्हणाले.

''तुम्ही थोडा वेळ थांबता का? तुमचे पुत्र लवकरच श्राद्धविधी पूर्ण करून शास्त्रशुद्ध रीतीनं पिंडदान देतील.'' ती त्यांना म्हणाली.

''अगं, तीळ आणि भात काय किंवा वाळू काय? माझ्या दृष्टीनं सगळं सारखंच. मला तू ताबडतोब काहीतरी दे.'' ते म्हणाले.

आपल्या श्वशुरांची ही इच्छा पूर्ण करणं सीतेला भाग होतं. त्यामुळे तिनं त्या नदीकाठच्या रेतीचेच पिंड बनवून त्यांना दिले.

स्नानानंतर यथासांग श्राद्धविधी करून राम भात आणि तीळ घालून तयार केलेल्या पिंडांचं दान करू लागला, तरीही राजा दशरथ ते ग्रहण करण्यासाठी तिथे अवतीर्ण झालेच नाहीत. 'अजून पिताश्री का बरं आले नाहीत?' असा रामाला प्रश्न पडला.

दशरथ महाराजांची क्षुधा आपण केलेल्या पिंडदानानं आता शांत झालेली असल्यामुळे ते काही येणार नाहीत, याची सीतेला कल्पना आली. त्यामुळे तिनं घडला प्रकार आपले पती श्रीराम यांना सांगितला. परंतु श्रीरामांचा काही त्यावर विश्वास बसला नाही. ते म्हणाले, ''पिताश्रींनी भाताऐवजी वाळूचे पिंड ग्रहण केले? माझा नाही विश्वास बसत. ही गोष्ट घडत असताना तिथे कुणी साक्षीदार होते का?''

त्यावर सीता विचार करू लागली. मग तिला आठवलं. ही घटना घडत

असताना तिथे पाच साक्षीदार उपस्थित होते. एक वृद्ध माणूस, एक गाय, एक तुळशीचं रोप, फाल्गू नदी आणि पिंपळाचं झाड.

परंतु त्यातील बऱ्याच साक्षीदारांना श्रीरामांना नाराज करायचं नसल्यामुळे त्यांनी सरळ कानावर हात ठेवले. "काय काय, कसं कसं घडलं, ते आम्हाला नाही आठवत." ते म्हणाले.

एकट्या पिंपळाच्या झाडानं मात्र खरी घडलेली गोष्ट सांगितली.

इतर चार साक्षीदारांनी सत्यकथन करण्यास नकार दिल्यामुळे सीता क्रोधित झाली. ती म्हणाली, "आज तुम्ही सर्व जण खोटं बोललात. त्यामुळे मी तुम्हाला शाप देते आहे. तुमच्या या अशा वागण्याचे धडे तुम्हाला या आयुष्यातच मिळतील. तुम्हाला जोपर्यंत तुमच्या कृत्याचा पश्चात्ताप होत नाही, तोपर्यंत तुम्हाला आयुष्यात कधीही समाधान लाभणार नाही." त्यामुळेच लोक असं मानतात, की सर्वांचा वृद्धापकाळ संकटांनी, अडचणींनी भरलेला असतो. गाईवर जेव्हा कुणी हल्ला करतं, तेव्हा तिला स्वतःचं संरक्षण करता येत नाही. तुळशीच्या रोपट्याचा वाढून कधीही वृक्ष होऊ शकत नाही आणि फाल्गू नदीला नेहमीच पाण्याचा तुटवडा असतो.

त्यानंतर पिंपळाच्या झाडाकडे वळून त्याला आशीर्वाद ती म्हणाली, "हे पिंपळवृक्षा, तू धन्य आहेस. आजपासून जर कुणी तुझ्या साक्षीनं आपल्या पितरांचं पिंडदान केलं, तर त्या पितरांना नक्कीच स्वर्गप्राप्ती होईल."

तेव्हापासून लोक पिंपळाच्या झाडापाशी मृत व्यक्तींचं श्राद्ध करतात.

नाममाहात्म्य

राजा शकुंतन हा एका लहानशा राज्याचा राज्यकर्ता होता.

एक दिवस तो शिकार करून परत येत असताना त्याला वसिष्ठ ऋषी, अत्री ऋषी आणि विश्वामित्र ऋषी यज्ञ करताना दिसले. शिकार करून परत जात असल्यामुळे राजाचं शरीर घामानं, धुळीनं आणि प्राण्यांच्या रक्तानं माखलेलं होतं. यज्ञासारख्या पवित्र धार्मिक कृत्याच्या ठिकाणी आपण हे असलं अपवित्र शरीर घेऊन जाणं बरं नव्हे, या विचारानं तो जरासा दूर उभा राहून यज्ञविधीकडे निरखून पाहू लागला. तो जिथे उभा होता तिथून त्याला फक्त वसिष्ठ मुनींचाच चेहरा नीट दिसत असल्यामुळे तो दुरूनच त्यांना वंदन करून तिथून निघाला.

नारदमुनी हे सगळं पाहत होते. ते लगेच आश्रमात शिरले. नारदांचा स्वभाव मुळात थट्टेखोर. ते लोकांची आपापसात भांडणं लावून स्वतःची करमणूक करून घेत, म्हणूनच त्यांना कळीचा नारद असं म्हटलं जाई. आतासुद्धा त्यांनी तेच केलं.

''अत्री मुनी आणि विश्वामित्र मुनी, तुम्ही आत्ता इथे काय घडलं ते पाहिलंत का? तो शकुंतन राजा इकडे आला होता; पण तो मुद्दाम केवळ वसिष्ठ मुनींनाच प्रणाम करून, तुम्हा दोघांकडे दुर्लक्ष करून निघून गेला.''

त्यावर अत्री ऋषी हसून म्हणाले, ''नाही, नारदा. त्यानं काहीही ते मुद्दाम, आमचा अपमान करण्यासाठी केलं नाही. मी वसिष्ठ मुनींच्या समोर बसलो होतो ना? त्याला माझा चेहरा दिसलाच नसणार आणि खरं सांगू का? त्या गोष्टीला इतकं काय महत्त्व द्यायचं?''

परंतु विश्वामित्र मुनींना मात्र ही गोष्ट मुळीच रुचली नाही. त्यांना हा स्वतःचा अपमान वाटला. ते म्हणाले, ''हा राजा माझा असा उपमर्द कसा काय करतो? ते काही नाही. याला चांगलीच अद्दल घडवायला हवी.''

नारदांना ती कल्पना लगेच पटली. ''हो, अर्थातच,'' ते म्हणाले. ''तुम्ही काय

वसिष्ठ मुनींपेक्षा कमी आहात का? तुम्ही तर राम आणि लक्ष्मणांसारख्या महान योद्ध्यांचे गुरू आहात. खरं तर राम-लक्ष्मणांनी लवकरात लवकर या शकुंतन राजाला धडा शिकवावा, असं वचन तुम्ही त्यांच्याकडून घ्यायला हवं.''

विश्वामित्रांनी त्याप्रमाणे रामाला बोलावून घेतलं. ''माझ्या प्रिय शिष्यांनो,'' ते राम व लक्ष्मणाला म्हणाले, ''या शकुंतन राजानं माझा अपमान केलेला आहे. तरी आज सूर्यास्त होण्याआधी त्याचं शिर धडावेगळं करून इथे माझ्यासमोर हजर करा.''

राम अत्यंत आज्ञाधारक असल्यामुळे त्यानं आपल्या गुरुजींना तत्काळ तसं वचन दिलं.

इकडे नारदमुनी लगबगीनं शकुंतन राजाच्या राजधानीकडे गेले. राजासमोर जाऊन उभं राहत ते म्हणाले, ''हे राजा, तू किती मोठ्या संकटात सापडलेला आहेस, याची तुला काहीतरी कल्पना आहे का? अरे, विश्वामित्र ऋषींच्या आज्ञेवरून दशरथपुत्र महान योद्धा श्रीराम आजचा सूर्य मावळण्यापूर्वी तुझा शिरच्छेद करणार आहे. तुला साक्षात परमेश्वराच्या हातून मृत्यू येणार आहे.''

शकुंतन राजा भयभीत झाला. ''अहो, पण विश्वामित्र ऋषींचा रोष ओढवून घेण्यासारखा कोणता प्रमाद माझ्या हातून घडला बरं? मी तर एका लहानशा राज्याचा राजा आहे.''

''हे बघ, आता त्याचा फारसा विचार करत बसू नकोस,'' नारद अधीरपणे म्हणाले, ''त्यापेक्षा कसंही करून आज सूर्यास्त होईपर्यंत स्वतःच्या जिवाला जप. प्रभू राम दिलेलं वचन नेहमीच पाळतात.''

''मुनिवर,'' राजा शकुंतन काकुळतीला येऊन म्हणाला. ''मी आता काय करू? तुम्हीच आता मला मदत करा. मी या संकटात कशामुळे सापडलो आहे, हे मला समजत नाहीये; परंतु या संकटाची तुम्ही मला कल्पना दिली आहे, तेव्हा यातून मार्ग कसा काढू, हेसुद्धा तुम्हीच मला सांगा.''

नारदमुनींनासुद्धा हेच हवं होतं. ते हसऱ्या खेळकर आवाजात म्हणाले, ''तू इथून लगेच जा आणि हनुमानाची माता अंजना हिची भेट घे. तिला शरण जा आणि स्वतःच्या रक्षणाची मागणी कर. मग पुढे काय करायचं, ते ती बघेल.''

राजा शकुंतन तातडीनं किष्किंधा नगरीला गेला. तिथे अंजना तिच्या घरी भगवान शंकरांची पूजा करत होती. राजा तिच्या पायावर डोकं ठेवून म्हणाला, ''माते, तू मला वाचव. माझी काहीही चूक नसताना एका माणसानं आज माझा शिरच्छेद करायचं ठरवलं आहे. तू तर हनुमानाची माता आहेस. तू जर माझं रक्षण केलं नाहीस, तर आज सूर्यास्तानंतर काही मी जिवंत राहत नाही.''

त्याचे शब्द ऐकून अंजना अस्वस्थ झाली. आता यातून काय मार्ग काढावा,

ते तिला कळेना. मग तिनं त्यावर खूप विचार केला. एका छोट्याशा राज्याचा राजा तिच्याकडे आश्रयाला आला होता. तिच्याकडे मदत मागत होता. त्याचं रक्षण करणं, हे तसं काही अवघड काम नव्हतं. आपला बलशाली पुत्र हनुमान हे काम नक्कीच करू शकेल, असा तिला विश्वास वाटला. त्यामुळे ती शकुंतन राजाला म्हणाली, "हे बघ, तू काही काळजी करू नको. मी माझा पुत्र हनुमान याच्यावर तुझ्या रक्षणाची जबाबदारी सोपवेन. तो माझी आज्ञा कधीही मोडत नाही. आता तू चिंता सोड. तुझ्या केसालासुद्धा धक्का लागणार नाही."

"पण माते, मला तसं वचन दे." शकुंतन राजा म्हणाला.

"ठीक आहे. मी तुला प्रभू श्रीरामांचं नाव घेऊन असं वचन देते, की माझा पुत्र हनुमान तुझं रक्षण करेल." असं म्हणून अंजना पुन्हा तिच्या पूजाअर्चेत गर्क झाली.

शकुंतन राजा सुटकेचा निःश्वास सोडून हनुमानाची वाट बघत तिथेच थांबला.

जरा वेळात हनुमान घरी आला. आपली पूजाअर्चा झाल्यावर अंजनेनं त्याला राजा शकुंतनाचं रक्षण करण्याची आज्ञा केली. तिने त्याला सर्व हकिगत सांगितली. ती ऐकून हनुमान शकुंतनाला म्हणाला, "मी तुझं नक्की रक्षण करीन; पण एक गोष्ट सांग, आज सूर्यास्ताच्या आत तुझा शिरच्छेद कोण करणार आहे?"

"प्रभू श्रीराम." शकुंतन राजा म्हणाला. ते नाव ऐकताच हनुमान एकदम गप्प झाला. मग शकुंतनानं घडलेली सगळी हकिगत हनुमानाला कथन केली. त्यानंतर त्यावर उपाय शोधून काढण्यासाठी हनुमान ध्यानस्थ बसला. नारदमुनींनी हा सगळा गैरसमजाचा खेळ कसा मांडला होता, हे त्याला त्याच्या अंतःचक्षूंपुढे स्पष्ट दिसलं; परंतु हनुमान तर राजा शकुंतनाला त्याचं संरक्षण करण्याचं वचन देऊन बसला होता.

जरा वेळ विचार करून हनुमान म्हणाला, "तू आता एक काम कर. सतत श्रीरामांचं नामस्मरण करत घरी जा. मी लवकरच तुझ्याशी संपर्क करेन. पण नामस्मरणात मात्र खंड पाडू देऊ नको."

त्यानंतर हनुमान वायुवेगानं अयोध्येला जाऊन पोहोचला. प्रभू श्रीरामांना भेटून त्यानं कळीच्या नारदानं कसा खेळ मांडला आहे, हे सविस्तर सांगितलं. प्रभू श्रीरामांनी विनाकारण त्या राजाशी युद्ध करू नये, अशी विनवणी त्यानं केली.

"मित्रा, नारदुमनींनी ही कुरापत काढली हे खरं तर न्यायास धरून नाही; परंतु मला माझ्या गुरूंची आज्ञा पाळून हे काम तर करावंच लागणार." प्रभू राम व्यथित अंतःकरणानं म्हणाले.

"पण मी तर शकुंतनाला त्याचे प्राण वाचवण्याचं वचन दिलेलं आहे. आता मी तुमच्याशी लढू तरी कसा?" हनुमानानं विचारलं.

"तसं असेल तर तू जे वचन दिलं आहेस, त्याचं तू पालन कर आणि मी जे वचन दिलं आहे, त्याचं मी पालन करीन. माझ्या राज्यात कुणीच वचनभंग करता कामा नये." प्रभू रामचंद्र म्हणाले.

"तसं जर असेल ना प्रभू श्रीरामा, तर मला तुम्ही एक वचन द्या. जो कुणी तुमचं नामस्मरण करत असेल, त्याचा जप करून संपल्याशिवाय कुणालाही त्याचा वेध घेता येणार नाही अथवा त्याच्या जपात व्यत्ययसुद्धा आणता येणार नाही."

श्रीराम म्हणाले, "ठीक आहे. तसंच होईल."

हनुमानासमोर आता फार काही पर्याय उरलेच नव्हते. अखेर त्यानं एक योजना आखली. वालीचा पुत्र अंगद श्रीरामांचा भक्त होता. त्यानं जर मध्यस्थी करून श्रीरामांना हनुमानाशी युद्ध करण्यापासून परावृत्त केलं, तर कदाचित सगळाच प्रश्न सुटेल, असं हनुमानाला वाटत होतं. हनुमानानं अंगदाला तशी विनंती करताच अंगद अयोध्येला जाऊन पोहोचला. तो श्रीरामांना म्हणाला, "हनुमान हा तुमचा अतिशय निस्सीम भक्त आहे. त्याच्या त्या अखंडित, चिरंजिवी भक्तीचा तरी विचार करा. रावणासोबत जेव्हा तुमचं युद्ध झालं होतं, तेव्हा त्यानंच तुम्हाला साहाय्य केलं होतं ना?"

त्यावर प्रभू रामचंद्र म्हणाले, "अंगदा, तू जे काही सांगतो आहेस, ते सगळंच मला पटतंय रे. पण तरीही आज सूर्यास्त होण्यापूर्वी शकुंतन राजाचा शिरच्छेद करून त्याचं मस्तक मला माझ्या गुरुजींसमोर हजर करावंच लागेल."

आता अंजनीला असं वाटू लागलं, की कुठून आपण बिचाऱ्या शकुंतन राजाला मदत करायला गेलो, आणि हे प्रकरण फारच गुंतागुंतीचं बनलं. मग ती आपल्या पुत्राला म्हणाली, "हनुमाना, तू सीतामाईकडे जा. तिची प्रार्थना कर. ती यातून नक्कीच तुला मार्ग दाखवेल."

हनुमानानं तत्काळ सीतेकडे जाऊन तिला घडलेली हकिगत सांगितली. "हे पाहा, श्रीरामचंद्र तर कुणाचंही काहीही ऐकणार नाहीत; परंतु तू त्यांचा परमप्रिय भक्त आहेस, म्हणून मी तुला एक वर देते. तुझ्या रामभक्तीला या जगात तोडच नाही. त्यामुळे रामचंद्रांनी तुझ्यावर कितीही बाणांचा वर्षाव केला, तरी त्या बाणांचा स्पर्श तुझ्या शरीराला होताच त्यांची फुलं होतील."

काही वेळातच श्रीराम आणि हनुमान या दोघांमध्ये आजचा सूर्यास्त होण्यापूर्वी घनघोर युद्ध होणार असल्याची वार्ता सर्वत्र पसरली. नारदमुनी आणि इतर सर्व लोक युद्धस्थानी गोळा झाले.

हनुमानानं आपल्या शेपटीचा कोट रचून त्यात शकुंतनराजाला सुरक्षित दडवून ठेवलं.

युद्ध सुरू झालं.

श्रीरामांनी हनुमानाच्या शरीरावर बाणांचा वर्षाव केला; परंतु त्याच्यावर त्याचा यत्किंचितही परिणाम होत नसल्याचं पाहून ते आश्चर्यचकित झाले. हे असं का होत आहे, यामागचं कारण शोधून काढण्याची त्यांनी लक्ष्मणाला आज्ञा केली. लक्ष्मण जरा वेळात परत येऊन श्रीरामांना म्हणाला, ''बंधू, खरं तर हे युद्ध व्यर्थच आहे. तुमच्या नामाचा जप करत असलेल्या कोणत्याही व्यक्तीला नामस्मरण चालू असताना कुणी हानी पोहोचवू शकत नाही, असं वचन तुम्ही स्वतःच देऊन बसला आहात. तो शकुंतन राजा अव्याहत तुमचं नामस्मरण करत बसलेला आहे. त्यामुळेच तुमचा एकही बाण त्याच्यापर्यंत पोहोचू शकणार नाही. शिवाय माझ्या असंही कानावर आलं आहे, की तुम्ही जर हनुमानाच्या शरीरावर बाण सोडले, तर त्यांची तत्काळ फुलं होतील, असं वरदान साक्षात सीतामाईनं हनुमानास दिलेलं आहे. त्यामुळे तुमच्या बाणांना त्याच्या शरीराचा स्पर्श होताच त्यांची फुलं होऊन जातात. त्यामुळे हनुमानाच्या चरणांशी फुलांची भली मोठी रास तयार झाली आहे. स्वतः हनुमानसुद्धा तुमच्याच नामाचा जप करत बसले आहेत. बंधू, तुमच्या भक्तांचा पाडाव कुणीच करू शकत नाही.''

हे सर्व संभाषण चालू असतानाच नारदमुनी पुढे येऊन म्हणाले, ''हा सगळा खेळ मीच मांडला होता. मला तुम्हाला एवढंच दाखवून द्यायचं होतं, की कुणीही जेव्हा संकटात सापडतं, तेव्हा त्याचं रक्षण तुम्ही नाही करत, तर तुमच्या नामाचा जप त्यांना त्या संकटापासून वाचवतो. मला जे सिद्ध करून दाखवायचं होतं, ते आता सिद्ध झालंच आहे. तेव्हा आता तुम्ही शकुंतन राजाला अभय द्या.''

त्याच वेळी विश्वामित्र मुनींनासुद्धा स्वतःची चूक कळून आली. ते म्हणाले, ''मी तर एक योगी आहे. मला माझ्या क्रोधावर नियंत्रण मिळवायला हवं. अत्री आणि वसिष्ठ ऋषींना ते जमलं आहे. खरं तर सगळी चूक माझी आहे. तेव्हा कृपा करून हे युद्ध थांबवा.''

''पण ते शक्य नाही गुरुजी!'' प्रभू रामचंद्र म्हणाले. ''मी शकुंतन राजाचं मस्तक तुमच्या चरणाशी आणून ठेवण्याचं वचन तुम्हाला दिलेलं आहे. मी ज्या कुळात जन्म घेतला आहे, तिथे दिलेल्या वचनाची पूर्ती करण्याचं महत्त्व अनन्यसाधारण आहे.''

''मग तसंच होऊ दे,'' नारदमुनी म्हणाले. ''शकुंतन राजानं स्वतःचं मस्तक विश्वामित्र मुनींच्या चरणावर ठेवावं, म्हणजे सगळाच प्रश्न सुटणार आहे.''

श्रीरामांनी स्मितहास्य केलं. नारदमुनींचं म्हणणं खरंच होतं.

त्याप्रमाणे शकुंतन राजा बाहेर येऊन प्रभू रामचंद्रांसमोर नतमस्तक होऊन उभा राहिला. सूर्यास्ताची वेळ जवळ आली होती. त्यानं आपलं मस्तक विश्वामित्रांच्या चरणावर टेकवलं. युद्ध संपलं. जे काही घडलं, त्यानं सर्व जण स्तिमित झाले आणि आनंदितही झाले.

रामाचा अंत

प्रभू रामचंद्रांनी रावणाचा वध करून सीतेला अयोध्या नगरीत परत आणलं; परंतु त्यानंतर प्रजाननांनी तिच्या पावित्र्यावर आणि चारित्र्यावर शंका घेण्यास सुरुवात केली. ते तिला सहन झालं नाही, त्यामुळे धरणीमातेनं दुभंगून आपल्याला पोटात घ्यावं, अशी तिनं प्रार्थना केली. धरणीमातेनं तिला आपल्यात सामावून घेतलं. लव-कुश या राजकुमारांनी जेव्हा तारुण्यात पदार्पण केलं, तेव्हा आता श्रीरामांचं या पृथ्वीतलावरचं अवतारकार्य संपुष्टात आलं असून, त्यांनी स्वर्गात परत यावं, असं ब्रह्मदेवांनी ठरवलं. त्यामुळे त्यांनी खुद्द काळाला संन्याशाचा वेश धारण करून पृथ्वीतलावर भ्रमंती करण्यास पाठवलं.

तो संन्यासी श्रीरामांकडे येऊन म्हणाला, "हे प्रभू, मला तुमच्याशी अत्यंत महत्त्वपूर्ण विषयावर चर्चा करायची आहे; परंतु माझी एकच अट आहे. आपल्यात जे काही बोलणं होईल, ते दुसऱ्या कुणीही ऐकू नये, तसंच आपल्या चर्चेत व्यत्यय आणू नये, अशी माझी इच्छा आहे."

श्रीरामचंद्र स्मितहास्य करून म्हणाले, "त्यात तर काहीच कठीण नाही. माझे द्वारपाल आपल्याला एकांत मिळावा याची काळजी घेतील."

त्यावर तो संन्यासी मान हलवून म्हणाला, "नाही प्रभू. समजा जर त्या द्वारपालांवर कुणी दडपण आणलं, तर कदाचित ते डळमळीत होतील. त्यापेक्षा तुमचा ज्यावर अतिशय गाढ विश्वास आहे, अशाच कुणाला तरी तुम्ही दरवाजाची राखण करायला उभं करा. त्याला असंही सांगा, की कोणत्याही परिस्थितीत आपल्या दोघांच्या संभाषणात व्यत्यय येता कामा नये. जर का असा व्यत्यय आलाच, तर त्या राखण करणाऱ्याचा मृत्यू ओढवेल."

त्या संन्याशाची ही विचित्र मागणी ऐकून श्रीरामचंद्रांना आश्चर्य वाटलं. हा संन्यासी कुणी साधासुधा नाही, हे त्यांनी ओळखलं. ते म्हणाले, "माझा कनिष्ठ

बंधू लक्ष्मण याला मी राखण करण्याचं काम देतो. तो माझ्या आज्ञेचा भंग कदापि करणार नाही.''

मग श्रीराम लक्ष्मणाकडे वळून म्हणाले, ''लक्ष्मणा, तू तर आमचं सगळं संभाषण ऐकलंच आहेस. तेव्हा बंधू, माझी तुला एक विनंती आहे. आम्हा दोघांच्या बोलण्यात कोणत्याही प्रकारचा व्यत्यय येणार नाही, याची तू काळजी घे. शिवाय आमच्या संभाषणातील एक अक्षरसुद्धा तुझ्या कानी पडणार नाही, अशी खबरदारी घे. त्याचप्रमाणे तू स्वतःसुद्धा कोणत्याही परिस्थितीत आमच्या बोलण्यात व्यत्यय आणू नकोस.''

लक्ष्मण मान हलवून होकार देत श्रीरामांच्या कक्षाबाहेर पहारा देत उभा राहिला. त्यानं कक्षाचं दार लावूनच घेतलं होतं.

अशा रीतीनं तो संन्यासी आणि प्रभू रामचंद्र कक्षात एकटेच उरताच तो संन्यासी आपल्या मूळ रूपात अवतरून म्हणाला, ''प्रभू रामा, मी काळ आहे. तुझं या पृथ्वीतलावरचं कार्य आता पूर्ण झालेलं आहे. आता तू तुझ्या राजपदाचा त्याग करून स्वर्गाला परत जावंस, हे उत्तम.''

त्यावर डोळ्यांची पापणीही न लवू देता श्रीराम म्हणाले, ''मी तयार आहे.''

इकडे दुर्वास मुनी त्याच वेळी श्रीरामचंद्रांची भेट घेण्यासाठी तिथे आले. ते श्रीरामांच्या कक्षापाशी येताच बंद दारासमोर पहारा देत असलेला लक्ष्मण त्यांना दिसला. ते त्याला म्हणाले, ''लक्ष्मणा, तुझे वडील बंधू कुठे आहेत? मला आत्ता त्यांची तातडीनं भेट घ्यायची आहे. ईक्ष्वाकू कुलासंबंधीच्या अत्यंत महत्त्वपूर्ण विषयावर मला आत्ताच त्यांच्याशी चर्चा करायची आहे.''

त्यावर लक्ष्मण त्यांना थांबवत म्हणाला, ''मुनिवर, आत्ता या बंद दारामागे अत्यंत महत्त्वपूर्ण भेट चालू आहे. त्यामुळे मी तुम्हाला आत्ता आत जाऊ देणार नाही.''

ते ऐकून दुर्वास मुनी अत्यंत क्रोधित झाले. ते म्हणाले, ''तुझ्या या बोलण्याचा काय अर्थ आहे? मी महत्त्वाचा नाही का? तू आत जाऊन श्रीरामांना सांग, मला त्यांची तातडीनं गाठ घ्यायची आहे. तू जर तसं केलं नाहीस, तर मी अयोध्येला शाप देईन.''

त्यावर लक्ष्मण विचारात पडला. ''मी जर आत्ता माझ्या बंधूंच्या आणि त्या संन्याशाच्या चर्चेत व्यत्यय आणला, तर मला माझे प्राण गमवावे लागतील. पण मी जर दुर्वास मुनींच्या मनासारखं वागलो नाही, तर ते या अयोध्यानगरीला शाप देतील. त्यामुळे अयोध्येच्या प्रजाजनांचं अहित ओढवेल. त्यापेक्षा मला मरण आलं तरी चालेल. अयोध्येची नेहमी फक्त भरभराटच झाली पाहिजे. ती सुरक्षित राहिली पाहिजे.''

असा विचार करून लक्ष्मणानं कक्षाचा दरवाजा ठोठावला. तो आवाज ऐकताच काळ श्रीरामांना म्हणाला, "आता तुमचा अंत समीप आला. तुम्ही कशा प्रकारे प्रयाण करायचं हे तुम्हाला कळेलच."

एवढं बोलून काळ अदृश्य झाला.

लक्ष्मणानं कक्षात जाऊन दुर्वासमुनी भेटायला आल्याचं श्रीरामांना सांगितलं. काळानं ज्या दूताचा बोलताना उल्लेख केला होता, ते दूत म्हणजे दुर्वास ऋषी, हे श्रीरामांनी ओळखलं. ते बाहेर जाऊन अत्यंत धीरगंभीर आणि शांत मुद्रेनं दुर्वासांना म्हणाले, "मुनिवर, तुम्हाला इथे पाहून मला फार आनंद झाला. मी तुमच्यासाठी काय करू, ते कृपया सांगा."

"हे श्रीरामा, माझ्या प्रदीर्घ तपश्चर्येनंतर मला एक साक्षात्कार झाला आहे, तो असा, की एका संन्याशाचं रूप घेऊन साक्षात् काळच तुझ्या भेटीसाठी येणार आहे. तेव्हा तू जरा सावधगिरी बाळग." दुर्वास ऋषी म्हणाले.

श्रीरामांनी स्मितहास्य करून मान हलवली. ते लक्ष्मणाला म्हणाले, "मुनिवरांची सगळी व्यवस्था बघ."

"नाही, नाही. मला थांबायला वेळ नाही. मी घाईत आहे. मी जातो. मी फक्त माझं कर्तव्य पूर्ण करण्यासाठी येथे आलो होतो." असं म्हणून दुर्वास ऋषी तेथून निघून गेले.

श्रीरामचंद्र व्यथित अंतःकरणानं थोडा वेळ बसून राहिले. आयुष्यातील प्रत्येक टप्प्यावर लक्ष्मणानं आपल्याला कशी सावलीसारखी साथ दिली, त्याची त्यांना आठवण झाली. गुरुकुल असो की वनवास, सीतेला परत वनात सोडून येण्याचा प्रसंग असो, लक्ष्मणानं त्यांची पाठ कधीच सोडली नाही. प्रत्येक वेळी मूकपणे, खंबीरपणे तो त्यांच्या पाठीशी उभा असे. परंतु आता त्याच लक्ष्मणाला मृत्युदंडाची शिक्षा ठोठावण्याचं त्यांच्या नशिबी आलं होतं आणि त्यांनी जर तसं केलं नसतं, तर काळपुरुषाला त्यांनी जे वचन दिलं गेलं, त्याचा भंग झाला असता. दिलेलं वचन कोणत्याही परिस्थितीत पाळणं, ही रघुवंशाची परंपरा होती.

रघुकुल रीत सदा चली आए
प्राण जाए पर वचन न जाए ।

रघुकुलाची तर ही परंपरा आहे. एक वेळ प्राणत्याग करावा लागला तरी चालेल; पण वचनभंग कधीही होता कामा नये.

लक्ष्मणानं आपल्या वडील बंधूंच्या विमनस्क चर्येकडे पाहिलं. "बंधू, तुम्ही काहीही चिंता करू नका. एकवचनी राम म्हणून सगळं जग तुम्हाला ओळखतं. जे काही घडलं, त्याचा शोक मुळीच करू नका. आपल्या नशिबानं जो मार्ग आपल्यासाठी

निश्चित केलेला आहे, त्याच मार्गावरून आपल्याला वाटचाल करावी लागते. प्राक्तनानं आपल्या पुढ्यात जे काही वाढून ठेवलंय, ते आपण स्वीकारलं पाहिजे. कोणत्याही प्रकारची भावनिक गुंतवणूक किंवा अनिच्छा या भावनांच्या पलीकडे जाऊन प्रत्येकानं आपलं कर्तव्य पार पाडायचं असतं, ही शिकवण तुम्हीच मला दिलीत ना? त्यामुळे या मृत्युदंडाच्या शिक्षेचाही मी स्वीकार करेन.''

खरं तर हा सर्व युक्तिवाद श्रीरामांना परिचित होता, पण तरीही ते कर्तव्य पार पाडणं त्यांना फार जड होतं; परंतु लक्ष्मणानं आपल्या वडील बंधूंच्या कृतीची काहीही वाट पाहिली नाही. तो सरळ शरयू नदीपाशी गेला आणि नदीच्या पात्रात उतरून प्रवाहाच्या मध्यभागी निघाला. तिथे पोहोचल्यावर त्यानं गूढविद्येचा प्रयोग करून स्वतःचं मूळ रूप धारण केलं आणि तो भगवान विष्णूंचं शयनस्थान असलेला आदिशेष नागराज बनला.

लक्ष्मण अशा प्रकारे इहलोक सोडून गेल्यावर श्रीरामांनी आपल्या गादीचा उत्तराधिकारी म्हणून भरताची नेमणूक केली. त्यांनीसुद्धा शरयू नदीकडे जाण्याची तयारी सुरू केली; परंतु भरतानं ते मान्य केलं नाही. तो रुदन करत म्हणाला, ''प्रभू राम, तुमच्याशिवाय हे राज्य म्हणजे राज्यच नव्हे. मी तुमचाच एक भाग आहे. जिथे तुम्ही जाल, तिथे तुमच्या मागोमाग मीसुद्धा येणारच.''

मग श्रीरामांनी शत्रुघ्नाकडे पाहिलं; परंतु तोही म्हणाला, ''जिथे भरत जाईल, तिथे मीसुद्धा जाणार. मला या राज्याचा काडीइतकाही मोह नाही.''

अखेर प्रभू रामचंद्रांनी आपल्या राज्याची आणि संपत्तीची वाटणी केली. कोसल राज्याचा उत्तर भाग त्यांनी कुशाच्या स्वाधीन केला, तर दक्षिण भाग आपला दुसरा पुत्र लव याच्या हवाली केला. त्याचप्रमाणे राहिलेल्या राज्याची आपल्या भावांच्या – म्हणजेच लक्ष्मण, भरत आणि शत्रुघ्न यांच्या – पुत्रांमध्ये वाटणी केली. प्रभू रामचंद्र आपल्याला सोडून निघाले असल्याचं प्रजेला जेव्हा कळलं, तेव्हा प्रजाजनांचा शोक अनावर झाला. ते शरयू नदीच्या तटी साश्रू नयनांनी गोळा झाले.

श्रीरामांनी सर्वांचा अखेरचा निरोप घेऊन नदीच्या पात्रात प्रवेश केला. त्यांच्या मागोमाग भरत आणि शत्रुघ्न हेही शिरले. अशा रीतीनं दशरथाचे सर्व पुत्र शरयू नदीमध्ये विलीन झाले आणि या पृथ्वीवरचं त्यांचं जीवन संपुष्टात आलं.

श्रीरामांचं महाविष्णूंमध्ये रूपांतर झालं, भरत आणि शत्रुघ्न यांचं शंख आणि चक्र रूपात परावर्तन झालं. आदिशेषानं आपला फणा श्रीविष्णूंच्या मस्तकी धरला. सर्व उपस्थितांच्या साक्षीनं ते सर्व जण स्वर्गाला गेले.

आज शरयू नदी उत्तर प्रदेशातील लखनौ शहराच्या नजीक असलेल्या फैजाबादमधून वाहते. या नदीच्या काठावर एक घाट आहे, तसंच ज्या चार बंधूंनी एकत्र आयुष्य व्यतीत केलं आणि एकत्र जीवन संपवलं, त्यांची चार मंदिरंही इथे आहेत.

कालप्रवास

प्रभू श्रीरामांचं या पृथ्वीतलावरील अवतारकार्य संपुष्टात येऊन त्यांना स्वर्गलोकी प्रस्थान करण्यासाठी नेमका किती अवधी शिल्लक उरला आहे, याची त्यांना स्पष्ट कल्पना देण्याच्या उद्दिष्टानं मृत्यूची देवता म्हणजेच यमराज अनेकदा त्यांच्या भेटीसाठी येत असत. परंतु श्रीरामांचा भक्त हनुमान त्यांना प्रवेशद्वारातूनच परतवून लावत असे. हनुमान किती सामर्थ्यशाली आहे याची यमराजांना कल्पना होती. त्याचप्रमाणे तो चिरंजीव आहे, हेही त्यांना माहीत होतं. त्यामुळेच त्याच्या वाटेला जाण्याचं धाडस ते करत नसत.

परंतु आपण मानवाचा अवतार घेऊन पृथ्वीतलावर आलो आहेत, त्यामुळे जन्म-मृत्यूचा फेरा आपल्याला पूर्ण करावाच लागणार, याची प्रभू श्रीरामांना पूर्णपणे जाणीव होती. त्याचबरोबर आपलं मृत्यूपासून रक्षण करण्यासाठीच हनुमान आपल्याला यमराजांपासून दूर ठेवत आहे, याचीही त्यांना कल्पना होती. कधी ना कधीतरी आपल्याला यमराजांची भेट तर घ्यावीच लागणार हे सत्यसुद्धा श्रीरामांनी पूर्णतया स्वीकारलं होतं; परंतु जोपर्यंत आपला भक्त हनुमान डोळ्यांत तेल घालून आपली राखण करत आहे, तोपर्यंत यमराजांची भेट घेणं कदापि शक्य नाही, हेही त्यांच्या लक्षात आलं.

एक दिवस प्रभू श्रीराम आणि हनुमान फेरफटका मारण्यासाठी निघाले. श्रीरामांनी चालताचालता हातातल्या अंगठीशी चाळा सुरू केला आणि मग ती हळूच बोटातून काढून हनुमानाच्या नकळत जमिनीच्या एका भेगेत टाकली. त्यानंतर जरा वेळाने त्यांनी हनुमानाला सांगितलं, "माझ्या हातातली अंगठी कुठेतरी पडून गेली. ती तू शोधून आणशील का?"

हनुमानानं होकार दिला. त्यानंतर त्यानं आपल्या दिव्य शक्तीचा उपयोग करून अतिशय लहान आकार धारण केला. त्यामुळे तो त्या जमिनीच्या भेगेत लीलया

उतरला; परंतु तो जसजसा त्या अंगठीच्या जवळ जाई, तसतशी ती अंगठी घरंगळून आणखी खाली जाऊ लागली. अखेर निरुपाय होऊन तोही त्या अंगठीच्या मागोमाग निघाला.

अंगठी घरंगळत जाऊन अखेर पाताळलोकात पोहोचली. पाताळात हनुमानाची नागराजाशी गाठ पडली. नागराज हा सर्पांचा राजा होता. हनुमान त्याला म्हणाला, "प्रभू श्रीरामांची अंगठी येथे पडली आहे. ती तुम्ही मला परत दिलीत, तर कृपा होईल. मला ती प्रभू रामांना परत द्यायची आहे.''

त्यावर नागराज म्हणाले, "माझ्याकडे एक पूर्ण कक्ष अशा वरून पडलेल्या अंगठ्यांनी भरलेला आहे. जेव्हा कधी एखादी अंगठी घरंगळत पाताळलोकी येऊन पडते, तेव्हा ती आम्ही त्या कक्षात नेऊन ठेवतो. तुला हवं तर तू त्या कक्षात जाऊन स्वतःच ती अंगठी शोधून काढ.''

हनुमानानं होकार दिला. तो जेव्हा त्या कक्षात शिरला, तेव्हा त्याला तेथे शेकडो अंगठ्या दिसल्या. तो श्रीरामांची अंगठी शोधू लागला. अखेर ती त्याला सापडली. त्याला तर वाटलं, की आपल्याला केवळ काही क्षणांचा शोध घेतल्यानंतर ही अंगठी मिळालेली आहे. हनुमान त्यानंतर नागराजाचे आभार मानून पृथ्वीलोकात परत आला. तो तत्काळ अयोध्येला जाऊन पोहोचला; परंतु पृथ्वीलोक आणि पाताळ यातील काळाच्या मोजमापाची परिमाणं भिन्नभिन्न आहेत. त्यामुळे हनुमान जेव्हा अयोध्येला पोहोचला, तेव्हा प्रभू श्रीरामांनी इहलोक सोडून स्वर्गात प्रयाण करूनही बराच काळ लोटला होता.

आपल्याला प्रभू श्रीरामांचं महानिर्वाण पाहण्याची संधी मिळाली नाही, याचं हनुमानाला अतीव दुःख झालं; परंतु परमेश्वराचीच तशी इच्छा होती, हे त्याला कळून चुकलं.

आजही हनुमान मात्र या पृथ्वीतलावरच वास्तव्य करून आहे. असं म्हणतात, की पृथ्वीवर कुणीही कधीही श्रीरामचंद्रांची आराधना करू लागल्यास साक्षात हनुमान अदृश्य रूपात तिथे येऊन त्या व्यक्तीला आशीर्वाद देतो.

देशोदेशीच्या रामायणाच्या कथा

जगातील संस्कृतींनी इतरत्र जाऊन वसाहती करून तेथे आपल्या संस्कृतीचा प्रसार केला; परंतु भारतानं मात्र तसं कधीही केलं नाही.

आपल्या देशातच रामायणाच्या कथेची विविध रूपं बघायला मिळतात. जैन धर्मातील रामायणाची कथा हिंदू धर्मातील कथेपेक्षा थोडी वेगळी आहे. जैन रामायणाच्या कथेत लक्ष्मणानं रावणाशी लढाई करून त्याचा वध करून सीतेला सुरक्षितपणे आपल्या पतीकडे सोपवल्याचा उल्लेख आहे.

इतिहास असं सांगतो, की अनेक भारतीय व्यापारी प्रवास करून आपला माल घेऊन दूरदूरच्या देशात गेले. ते प्रामुख्यानं आग्नेय आशियातील देशांमध्ये गेले. प्रत्येक वेळेला ते आपल्यासोबत आपली महाकाव्यं घेऊन गेले. तेथील रहिवाशांना आपल्या संस्कृतीचं जे दर्शन घडलं, त्यामुळे ते भारून गेले. त्यांनी ती काव्यं आपलीशी करून त्यात स्वतःच्या संस्कृतीची काही भर घातली. रामायणाच्या कथेत त्यांनी स्थानिक लोकांच्या पसंतीचा विचार करून थोडे फेरफार केले.

वाल्मीकींनी रचलेल्या रामायणाची पुढे विविध प्रादेशिक भाषांमध्ये भाषांतरं झाली. तेव्हा भाषांतरकर्त्यांनीही त्यात काही बदल केले. काही वेळा तर हे बदल नुसते भाषेपुरते मर्यादित न राहता त्यातील वेगवेगळ्या कथांमध्ये किंवा त्यांच्या अनुक्रमांमध्येसुद्धा बदल घडलेले दिसून येतात.

म्यानमार, इंडोनेशिया, कंबोडिया, लाओस, फिलिपिन्स, श्रीलंका, नेपाळ, थायलंड, मलेशिया, मंगोलिया आणि व्हिएतनाम अशा सर्व देशांमध्ये रामायणाची कथा आहे. या देशांमध्ये रामायणाचं नृत्यनाट्य अनेक वेळा रंगभूमीवर सादर करण्यात येतं.

थायलंडच्या राजघराण्यातील लोक स्वतःला श्रीरामचंद्रांचे वंशज मानतात. थायलंडच्या राजे-महाराजांच्या नावापुढे रामा असा शब्द नेहमी जोडलेला दिसतो.

ते आपल्या राजधानीचा उल्लेख अयुथ्या असा करतात. (हे अयोध्या या शब्दाचंच अपभ्रंशित रूप आहे.)

थायलंडमध्ये जे महाकाव्य प्रचलित आहे, त्याचं नाव 'रामाकियन' असं असून, त्याचा अर्थ 'रामाचा गौरव' असा आहे. या देशात 'सावल्यांचा खेळ' करणारे कलाकार असून, हा खेळ बराच लोकप्रिय आहे. या खेळातून तसंच तैलचित्रं, नृत्यं आणि नाटकांमधूनसुद्धा रामकथेचं दर्शन घडविण्यात येतं. तिथल्या चित्रांमध्ये रामाचा चेहरा गर्द हिरव्या रंगात तर लक्ष्मणाचा चेहरा सोनेरी रंगात रंगवण्यात आलेला असतो. हनुमानाला पांढऱ्या रंगाच्या माकडाच्या रूपात दाखवण्यात आलेलं असतं. आपण भारतात हनुमान ब्रह्मचारी आहे असं मानतो; परंतु थायलंडमध्ये हनुमानाला अनेक पत्नी असल्याचे उल्लेख सापडतात.

आणखी दक्षिणेला गेलं तर कंबोडिया देशात बुद्ध धर्माचा खूप प्रभाव दिसतो. त्यामुळे तिथल्या रामायण आणि महाभारत इत्यादी महाकाव्यांमध्ये या जगात चांगल्या-वाइटाचा समतोल असल्याचं चित्रित करण्यात आलेलं दिसतं. म्यानमारमध्ये रामायणाला 'यामायना' असं म्हणतात. रामकथेत काही बदल करण्यात आलेले दिसतात.

विविध देशांमधील रामायणाच्या कथेत विविध स्वरूपाचे बदल दिसत असले, तरी त्या सर्वांमध्ये मध्यवर्ती व्यक्तिरेखा मात्र 'राम' हीच आहे. सर्व ठिकाणी राम हा यशवंत, गुणवंत, रूपानं देखणा आणि उमद्या आणि भारदस्त व्यक्तिमत्त्वाचाच असतो. तो पुरुषोत्तम असतो.

कृष्णं वंदे जगद्गुरू

चंद्रवंश

चंद्रवंशामध्ये नहुष, ययाती, पुरू, दुष्यंत, भरत, हस्तिन, शांतनू, धृतराष्ट्र, पंडू, पांडव, कौरव, परीक्षित आणि जनमेजय असे अनेक राजे होऊन गेले.

राजा ययाती आणि त्याची राणी देवयानी यांचा पुत्र म्हणजेच यदू. शुक्राचार्य ऋषींनी दिलेल्या शापामुळे राजा ययाती अगदी लहान वयातच एकदम वृद्ध बनला. त्यामुळे आपला पुत्र यदू याच्या तारुण्याच्या मोबदल्यात स्वतःचं गमावलेलं तारुण्य परत मिळवण्याची ययातीला इच्छा झाली. त्यानं आपला पुत्र यदू याच्यासमोर प्रस्ताव ठेवला; परंतु यदूनं तो साफ धुडकावून लावला. ययाती राजानं आपला पुत्र यदू याला शाप दिला, ''तुला इथून पुढे कधीही राजगादीचा लाभ होणार नाही. कोणत्याही ख्यातनाम कुळाचा तू राजा होऊ शकणार नाहीस. इतकंच काय, पण तुझ्या पुढच्या पिढ्यांमध्ये वितुष्ट येऊन त्या आपापसात लढत बसतील.''

अशा रीतीनं आपल्या पित्यानं दिलेल्या शापामुळे यदूला वारसाहक्कानं मिळणारी राजगादी मिळू शकली नाही. ययातीला अनेक पुत्र होते; परंतु त्याचा सर्वांत धाकटा पुत्र पुरू यानं मात्र आपल्या पित्याचं हरपलेलं तारुण्य त्याला परत मिळावं म्हणून स्वतःच्या तारुण्याचा त्याग करण्याची तयारी दाखवली. त्याच्या नंतर त्याच्या वंशाला पुरुवंश असं नाव मिळालं. इकडे यदूनं स्वतःचा वेगळा वंश स्थापन करून त्याचं यदुवंश असं नामकरण केलं. यदुवंश ही चंद्रवंशाचीच एक शाखा आहे. या वंशातील पुरुषांना यादव तर स्त्रियांना यादवी असं संबोधण्यात येऊ लागलं. कृष्ण आणि त्याचा वडील बंधू बलराम हे दोघंही यादवच होते. परंतु कृष्णाच्या मृत्यूनंतर या कुळाचाही अंत झाला.

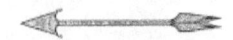

रत्नापासून सुवर्णनिर्मिती

द्वारकानगरीत सत्रजित नावाचा एक धनाढ्य गृहस्थ राहत असे. द्वारका ही यादवांच्या राज्याची राजधानी आणि अत्यंत भरभराटीला आलेलं बंदर होतं. या सत्रजिताकडे एक रत्न होतं. *त्याचं नाव स्यमंतक मणी. त्यानं सूर्याची कठोर उपासना करून हे रत्न प्राप्त केलं होतं. हे रत्न जर सूर्यप्रकाशात धरलं, तर त्यापासून सुवर्ण तयार होत असे.* त्यानंतर फार थोड्या काळातच सत्रजित धनवान बनला. अशा प्रकारे कष्ट न करता अल्पावधीत प्राप्त झालेल्या ऐश्वर्यामुळे सत्रजित आणि त्याचा भाऊ प्रसन्नजित हे दोघे अत्यंत उन्मत्त बनले.

या सत्रजिताला एक सुंदर कन्या होती. तिचं नाव सत्यभामा. ती मोठी झाल्यावर भगवान श्रीकृष्णाच्या प्रेमात पडली; पण श्रीकृष्णाला याची काहीच कल्पना नव्हती.

एक दिवस श्रीकृष्ण आपले भाऊ आणि सखे असलेले सात्यकी, कृतवर्मा आणि अक्रूर यांच्याबरोबर द्वारकेच्या संदर्भात चर्चा करत होते. त्यांच्यात स्यमंतक मण्याचा विषय निघाल्यावर त्यांच्यातला एक जण म्हणाला, ''या सत्रजिताची घमेंड दिवसेंदिवस वाढतच चालली आहे. त्याला वाटतं, आपण राजापेक्षाही मोठे आहोत. त्याच्याकडे सुवर्णाचा चिरंतन स्रोत असल्यामुळे आजकाल तो राज्यातील कोणताही नियम पाळत नाही.''

त्यावर श्रीकृष्ण म्हणाला, ''अशा प्रकारे संपत्तीचा स्रोत कधीही एका व्यक्तीच्या ताब्यात असणं योग्य नाही. अशा प्रकारची अनमोल देणगी जर अयोग्य व्यक्तीच्या हातात पडली, तर त्या व्यक्तीला काही काळानंतर आपल्या हाती जणू काही अनिर्बंध सत्ता असल्यासारखं वाटू लागेल आणि त्या व्यक्तीची मती भ्रष्ट होऊन जाईल. या द्वारकानगरीच्या आणि यादववंशाच्या कल्याणासाठी हा स्यमंतक मणी राजाच्या खजिन्यात समाविष्ट होणं गरजेचं आहे. त्यापासून जी काही सुवर्णनिर्मिती

होईल, तिचा विनियोग राज्याच्या कल्याणासाठी झाला पाहिजे.''

''पण हे सत्रजिताला कोण सांगणार?''

''मी त्याच्याशी बोलेन.'' श्रीकृष्ण म्हणाला. ''तो जरी उन्मत्त किंवा उद्दाम असला, तरी मला त्यानं काहीही फरक पडणार नाही. जेव्हा जरासंधानं मथुरेच्या प्रजाजनांच्या आयुष्यात उत्पात माजवला होता, तेव्हा त्यांचे प्राण वाचवण्यासाठी मी रणांगणातून माघार घेऊन त्यांच्यासह द्वारकेला निघून आलो, म्हणून लोक माझी भित्रा किंवा रणछोडदास अशी संभावना करतातच ना? परंतु एखादी लढाई लढत राहण्यापेक्षा माझ्या प्रजेचे प्राण वाचवणं माझ्या दृष्टीनं महत्त्वाचं होतं, म्हणूनच मी रणांगणातून पळ काढला. माझ्या स्वतःच्या कीर्तीपेक्षा माझ्या प्रजेचं हित मला कितीतरी जास्त महत्त्वाचं आहे. त्यामुळे या परिस्थितीत मी जे केलं, ते योग्यच होतं. म्हणूनच मला सत्रजित काय म्हणेल, माझ्याशी तो कसा वागेल, या गोष्टीला मी काहीच महत्त्व देत नाही. माझ्या स्वतःच्या अहंकारापेक्षा माझ्या राज्याची भरभराट आणि सुखशांती माझ्यासाठी फार महत्त्वाची आहे.''

त्यामुळे दुसऱ्याच दिवशी श्रीकृष्ण स्वतः सत्रजिताच्या हवेलीत गेला. सत्रजितानं त्याचं स्वागत केलं. पण कृष्ण स्वतः उठून आपल्या घरी का बरं आला असावा, या विचारानं तो अस्वस्थ झाला.

कृष्णानं अगदी स्पष्टपणे त्या रत्नाचा विषय काढून त्या बाबतीतलं स्वतःचं मत त्याला ऐकवलं.

परंतु तो स्यमंतक मणी राज्याच्या खजिन्यात जमा करण्याचा प्रस्ताव सत्रजितानं साफ धुडकावून लावला. तो म्हणाला, ''तो स्यमंतक मणी माझ्या कुटुंबाच्या मालकीचा आहे. ती साक्षात सूर्यदेवाकडून मला मिळालेली ठेव आहे. मी दिवसातून दोन वेळा त्या रत्नाची पूजा करतो. तो मणी इथे माझ्याकडेच असणं योग्य आहे, म्हणून तो इथेच राहील.''

तो मणी राज्याच्या खजिन्यात भरती करणं कसं संपूर्ण राज्याच्या आणि जनतेच्या हिताचं आहे, हे आपल्या मधुर वाणीनं त्याच्या गळी उतरवण्याचा श्रीकृष्णानं खूप प्रयत्न केला; पण त्याचा काहीच उपयोग झाला नाही. अखेर कृष्ण तेथून जायला निघाला. जाण्यापूर्वी तो सत्रजिताला म्हणाला, ''एक दिवस असा येईल मित्रा, की तो स्यमंतक मणी तुझ्याकडे नसेल, तर तो राज्याच्या खजिन्यात असेल. हे अगदी असंच घडणार, याची मी तुला आत्ताच ग्वाही देतो.''

एवढं बोलून कृष्ण तेथून निघून गेला; पण त्यानंतर सत्रजित काळजीत पडला.

सत्यभामा दरवाजाआडून कृष्णाचं आणि आपल्या पित्याचं सर्व संभाषण ऐकत होती. परंतु अखेर कृष्ण निघून गेल्यावर ती निराश होऊन रडू लागली. आता यानंतर कृष्णाची पत्नी होण्याची तिची सगळी आशा धुळीला मिळाली होती.

त्याऐवजी ती आता कृष्णाच्या कट्टर शत्रूची कन्या होती.

लवकरच सत्रजित आणि प्रसन्नजित या बाबतीत कोणती खबरदारी घ्यायची, याविषयीचे बेत आखू लागले. ''कृष्ण बघता बघता आपल्या हातावर तुरी देऊन ते रत्न आपल्याकडून हिरावून घेऊन निघून जाईल आणि आपल्याला कळणारसुद्धा नाही. त्यामुळे आपण ते रत्न कुठेतरी लपवून ठेवायला हवं. आपण ते गर्द रानात कुठल्यातरी गुहेत लपवून ठेवू.'' सत्रजितनं सुचवलं.

मग दुसऱ्या दिवशी ठरल्याप्रमाणे ते काम करण्यासाठी प्रसन्नजित सकाळच्या वेळी घराबाहेर पडला.

प्रसन्नजित निघून गेला त्याला काही दिवस लोटले, तरीही तो परत आला नाही. आता सत्रजिताला काळजी वाटू लागली. 'आपला भाऊ का बरं परत आला नसेल?' असा विचार त्याच्या मनात घोळू लागला. पण तरीही त्यानं आणखी काही दिवस वाट पाहायचं ठरवलं.

मग सत्रजितानं मुद्दामच नगरात एक हूल उठवली.

''कृष्णानं सत्रजिताच्या घरातून स्यमंतक मणी लांबवला. त्यानं सत्रजिताच्या घरी जाऊन त्याच्याकडे त्या रत्नाची मागणी केली. काय वाट्टेल ते झालं तरी ते रत्न मिळवल्याशिवाय राहणार नाही, अशी त्यानं धमकीसुद्धा दिली आणि आता ते रत्न आणि त्याचबरोबर सत्रजिताचा भाऊ प्रसन्नजित हे दोघंही गायब आहेत. सत्रजिताला तर दुःखानं वेड लागायची पाळी आली आहे. बालपणी कृष्ण इतरांच्या घरातून लोणी, तूप चोरतच होता; आता मोठा झाल्यावर तो पक्का चोर झालेला आहे. प्रसन्नजिताच्या नाहीसं होण्यामागे नक्कीच या कृष्णाचा हात असणार आहे. हा कृष्ण किती नीच पातळीचा माणूस आहे.''

साध्या भोळ्या प्रजेचा या धादांत खोट्या बोलण्यावर विश्वास बसला. बघता बघता ही बातमी वाऱ्यासारखी पसरली.

ही बातमी कृष्णाच्या कानावर जाताच त्यानं तिचा जाहीर निषेध केला. ''हे सपशेल खोटं आहे. मी तो स्यमंतक मणी अजिबात पळवलेला नाही. मी तर प्रसन्नजितला पाहिलेलंसुद्धा नाही; परंतु आता सत्रजितानं माझ्यावर हा खोटा आळ घेतलेला आहे. त्यामुळे मी आता तत्काळ त्या रत्नाचा शोध घेण्यासाठी निघत आहे. आता मी ते रत्न घेऊनच परत येईन. त्यानंतरच तुम्हा सर्वांसमोर माझं निरपराधित्व सिद्ध होईल.''

आपले काका ते रत्न घेऊन अरण्यात गेले आहेत, हे सत्यभामेला माहीत होतं. कृष्णानं केलेली घोषणा ऐकून तिला असं वाटलं, की 'आपणच रानात जाऊन ते रत्न परत आणून कृष्णाच्या स्वाधीन करावं. त्यामुळे माझं त्यांच्यावर किती गाढ प्रेम आहे ते त्यांना कळेल आणि ते त्या प्रेमाला प्रतिसाद देतील.' तिनं या गोष्टीचा

खूप विचार केला. जसजशी ती जास्त विचार करत होती, तसतसा तिचा निश्चय अधिकाधिक दृढ होत चालला होता. त्यामुळे ती घरातील कुणालाही काहीही न सांगता अरण्याच्या दिशेनं निघाली.

कृष्णाला त्याच्या गुप्तहेरांकडून असं समजलं होतं, की तो स्वतः सत्रजिताच्या घरातून बाहेर पडल्याच्या दुसऱ्या दिवशी भल्या पहाटे प्रसन्नजित घर सोडून बाहेर पडला होता. कृष्णसुद्धा काही दूधखुळा नव्हता. प्रसन्नजित ते रत्न घेऊनच घराबाहेर पडला असणार, हे त्यानं ओळखलं. मग तोसुद्धा अरण्यात जाण्यासाठी निघाला.

खूप पुढे वाटचाल केल्यावर निबिड अरण्यात त्याला सत्यभामा दिसली; पण ती नक्की कोण होती, ते त्याला माहीत नव्हतं. एक तरुणी दाट रानात एकटीच फिरत असल्याचं पाहून त्याला धक्का बसला.

सत्यभामेनं कृष्णाला पाहिलं आणि ती म्हणाली, ‘‘कृष्णा, देवा, तुम्ही ते रत्न घेतलेलं नाही, हे मला माहीत आहे. माझे पिताजी सत्रजित यांनी स्वतःच ते माझे काका प्रसन्नजित यांच्या हवाली केलं आणि त्यांना ते रानातील एका गुहेत दडवून येण्यास सांगितलं. माझे काका त्यासाठी जांबुवंत राजाकडे गेले असावेत. तुम्ही जर माझ्या काकांचा शोध घेतलात, तर ते रत्न तुम्हाला नक्की गवसेल. मीसुद्धा तुम्हाला मदत करण्यासाठीच या अरण्यात आले आहे, पण अजून मला माझ्या काकांचा ठावठिकाणा समजलेला नाही.’’

सत्यभामेची साहसी वृत्ती श्रीकृष्णाला भावली. ‘‘पण तू तुझ्या स्वतःच्या वडिलांना मदत करायची सोडून माझ्या मदतीला का बरं धावून आलीस?’’ कृष्ण म्हणाला.

‘‘कुणीतरी तुमच्यावर चोरीचा आळ घ्यावा आणि मी काही न करता नुसतं बघत राहावं, हे मला सहन झालं नाही.’’ सत्यभामा भावनावेगानं थरथरत म्हणाली.

कृष्णानं मंद स्मित केलं. त्यानंतर दोघांनी शोध घेण्याचं काम सुरूच ठेवलं. काही वेळ गेल्यानंतर त्यांना वाटेत अंगावरच्या वस्त्राची काही फाटकी लक्तरं दिसली. कुणीतरी कुणालातरी त्या वाटेवरून फरपटत ओढत घेऊन गेलं होतं, हे नक्की.

सत्यभामानं ते वस्त्राचे तुकडे ओळखले. ‘‘अरे देवा! ही तर माझ्या काकांची वस्त्रं आहेत. ते भल्या पहाटे जेव्हा घरातून बाहेर पडले, तेव्हा त्यांच्या अंगावर ही वस्त्रं होती.’’

ते जरा आणखी पुढे गेल्यावर त्यांना मानवी शरीराचे अवशेष सापडले. कुणी श्वापदानं ते खाऊन टाकले असावेत. शेजारी एक सिंह मृतावस्थेत पडलेला होता. आणखी काही वस्त्राचे तुकडे आणि एक सुवर्णाची साखळीसुद्धा पडली होती. सत्यभामा ते दृष्य पाहून भयभीत झाली.

कृष्ण तिला शांत करत म्हणाला, "प्रसन्नजित नक्की या मार्गानंच जात असणार; परंतु एका उपाशी सिंहाने त्याच्यावर हल्ला करून त्याला खाऊन टाकलं. बिचारा प्रसन्नजित. परंतु त्या स्यमंतक मण्याचं काय झालं? त्या सिंहाला त्या रत्नाचं काय अप्रूप असणार?"

मग कृष्ण त्या जागी रत्नाचा शोध घेऊ लागला. त्याला त्या जागेपासून दूर जाणाऱ्या एका श्वापदाच्या पाऊलखुणा दिसल्या. त्याचा मागोवा घेत श्रीकृष्ण आणि सत्यभामा जाऊ लागले आणि जरा वेळात ते एका गुहेत पोहोचले. तिथे त्यांना एक आश्चर्यकारक दृश्य पाहायला मिळालं. गुहेच्या आतल्या बाजूला एक पाळणा होता. त्यात एक बाळ झोपलेलं होतं. पाळण्याच्या वरच्या बाजूला तो स्यमंतकमणी लावलेला होता. तो चमकत होता. त्याच्या प्रकाशाची प्रभा फाकली होती. सगळी गुहा उजळून निघाली होती. पाळण्यापाशी एक आदिवासी तरुणी हलक्या हातानं पाळण्याला झोके देत डोळे मिटून बसली होती.

अचानक एक महाकाय अस्वलासारखा दिसणारा माणूस तिथे उगवला. कृष्णाच्या काही लक्षात येण्यापूर्वीच त्या अक्राळविक्राळ माणसानं त्याच्यावर झेप घेतली. त्या दोघांमध्ये बराच वेळ खडाजंगी सुरू होती. तो महाकाय अस्वलासारखा माणूस वृद्ध होता, पण अतिशय बलवान होता; पण अखेर बऱ्याच वेळानंतर तो पराभूत होऊन जमिनीवर कोसळला.

जमिनीवर पडल्या पडल्या कण्हत तो म्हणाला, "मला प्रभू श्रीरामांच्या ऐवजी दुसऱ्याच कुणीतरी कसं काय पराभूत केलं? प्रभू राम मला भेटायला येणार होते. त्यांनी मला तसं वचन दिलं होतं."

त्याचे ते शब्द ऐकून कृष्णानं फक्त गूढ हास्य केलं.

ते हास्य पाहताच त्या अस्वलमानवाला स्वतःची चूक उमगली. तो उठून कृष्णाला आपल्या कवेत घेत म्हणाला, "नाथ, मला क्षमा करा. मी मूर्खपणा केला. मी जांबुवंत आहे. तुमच्या रामावतारामध्ये मी तुमचा सेवक होतो. तेव्हा माझी तुमच्याशी द्वंद्वं खेळण्याची खूप इच्छा होती; पण तुम्ही माझं ऐकलं नाहीत. आपल्या पुढच्या अवतारात आपण ती इच्छा नक्की पूर्ण करण्याचं तुम्ही मला वचन दिलंत, पण मी तुम्हाला ओळखू शकलो नाही, याबद्दल मला क्षमा करा."

कृष्णानं हसून त्याला आपल्या येण्याचं कारण सांगितलं.

"मला एका सिंहाच्या जबड्यातून एक सोनसाखळी लोंबताना दिसली. त्या साखळीलाच हा मणी लावलेला होता. तो मणी पाहून मी मंत्रमुग्ध झालो. माझ्या बाळाला खेळण्यासाठी तो मणी घेऊन यावा, म्हणून मी त्या सिंहाशी लढलो आणि त्याला मारून टाकलं. पण आता हा स्यमंतक मणी तुम्ही स्वतःच्या ताब्यात घेऊन त्याचं रक्षण करा." जांबुवंत म्हणाला.

मग त्यानं आपल्या मुलीकडे बोट दाखवलं. ''ही जांबुवंती. माझी आईवेगळी पोर. तुम्ही जर हिच्याशी विवाह करून हिला आणि हिच्या धाकट्या भावाला तुमच्या छत्राखाली घेऊन त्या दोघांचा सांभाळ केलात, तर माझ्यावर फार उपकार होतील.''

कृष्णानं होकार देऊन जांबुवंतीचा पत्नी म्हणून तिथल्या तिथे स्वीकार केला. त्या गोष्टीचं सत्यभामेला अतोनात दुःख झालं. ती काहीही न बोलता ते दृश्य बघत उभी होती. पण कृष्ण गूढ हसत तिला म्हणाला, ''तू कसलीही काळजी करू नकोस.''

कृष्ण जेव्हा तो स्यमंतक मणी घेऊन राज्यात परतला, तेव्हा सत्रजिताला आपली चूक कळून आली. त्यानं कृष्णाची क्षमा मागून आपली कन्या सत्यभामा हिचा कृष्णानं पत्नी म्हणून स्वीकार करावा, अशी विनंती केली. सत्यभामेच्या आपल्यावरील भक्तीची आणि प्रीतीची कृष्णाला कल्पना आलेलीच होती. त्यामुळे त्यानं त्या प्रस्तावाचा स्वीकार केला. अशा रीतीनं सत्यभामासुद्धा कृष्णाची भार्या बनली.

भाद्रपद महिन्याच्या चतुर्थीच्या दिवशी या स्यमंतक मण्याची गोष्ट सांगण्यात येते. हा दिवस म्हणजेच गणेश चतुर्थीचा दिवस.

अशी एक कथा सांगतात, की अशाच एका गणेश चतुर्थीच्या दिवशी श्रीगणेशानं इतकं तुडुंब भोजन केलं, की त्याला चालणंसुद्धा अशक्य होऊन गेलं. चालता चालता तो एका दगडावर अडखळून जमिनीवर पडला. त्यामुळे त्याचं उदर फुटून त्यातून सगळे लाडू बाहेर आले. गणेशानं परत पोटात ढकलून आपलं पोट एका सर्पानं घट्ट बांधून टाकलं. आपली ही फजिती कुणी पाहिली तर नाही ना, म्हणून त्यानं इकडेतिकडे पाहिलं. पण तिथे कुणीच नव्हतं. आता आपली या प्रकाराबद्दल कुणीही चेष्टामस्करी करणार नाही, या विचारानं त्याला जरा हायसं वाटलं.

इतक्यात त्याला कुणाच्यातरी खिदळण्याचा आवाज ऐकू आला. कुणीतरी त्याची फजिती पाहून हसत होतं. त्यानं वर पाहिलं, तर चंद्र त्याच्याकडे बघून मोठ्यांदा हसत होता.

गणेशाला चंद्राच्या त्या वागण्याचा खूप राग आला आणि त्या रागाच्या भरात मागचापुढचा काही विचार न करता त्यानं चंद्राला शाप दिला. ''भाद्रपद महिन्यात येणाऱ्या या चतुर्थीच्या दिवशी जो कोण तुझ्याकडे पाहील, त्याच्यावर खूप खोटे-नाटे आळ येतील, चोरीचा आळ येईल.''

त्यावर चंद्रानं श्रीगणेशाची क्षमा मागितली. त्यावर शांत होऊन गणेश म्हणाला, ''चंद्रा, तू काळजी करू नकोस. मी तुला उःशाप देतो. जो कुणी या

दिवशी स्यमंतक मण्याची कथा ऐकेल, त्याच्या बाबतीत हे असं काहीही घडणार नाही.''

त्यामुळेच आजही गणेश चतुर्थीच्या दिवशी आपल्याला जर आकाशातील चंद्राचं दर्शन झालंच, तर त्या शापाचा प्रभाव आपल्यावर होऊ नये, म्हणून आपण स्यमंतक रत्नाच्या कथेचं श्रवण करतो. त्याचबरोबर काही असंही मानतात, की श्रीकृष्णानं गणेश चतुर्थीच्या दिवशी चंद्राला पाहिलं असेल, म्हणूनच काही काळासाठी त्याच्यावर हा चोरीचा आळ आला असावा.

कृष्ण आणि त्याचे शत्रू

रामाला फक्त एकच शत्रू होता. कृष्णाला मात्र अनेक शत्रू होते. त्याचा जन्म झाल्या झाल्या त्याच्या कंसमामाची त्याचा वध करण्याची इच्छा होती. पुढे त्याचे मामेभाऊ त्याच्या जिवावर उठले. कृष्णाने जीवनातील वास्तवाचा स्वीकार केला होता; परंतु त्याने आयुष्यभर धर्माच्याच मार्गाने वाटचाल केली. कृष्णाची जी काही जडणघडण झाली, त्यामध्ये त्याच्या शत्रूंचाही खूप मोठा वाटा आहे.

सृगाल वासुदेव

सृगाल वासुदेव अथवा पौंड्रक वासुदेव हा स्वतःला भगवान विष्णूंचा अवतार मानत असे. तो कृष्णाप्रमाणेच वेशभूषा करत असे. तो सूर्यदेवांचा निस्सीम भक्त होता. सूर्यदेवाची तपश्चर्या केल्यामुळे त्याला एका वैशिष्ट्यपूर्ण रथाची आणि अश्वांची प्राप्ती झाली होती. त्याला त्या गोष्टीचा इतका प्रचंड अभिमान होता, की त्यामुळे तो कृष्णालासुद्धा कमी लेखत असे. महाभारताच्या युद्धाला तोंड फुटेपर्यंत कृष्णाकडे स्वतःचा रथही नव्हता आणि अश्वही नव्हते आणि असं असूनसुद्धा या कृष्णालाच एवढी कीर्ती कशी काय लाभलेली आहे, याचं पौंड्रकाला नेहमीच वैषम्य वाटे.

त्याची पुतणी शैब्या त्याला त्याबद्दल नेहमीच टोचून बोलायची. ती म्हणायची, 'कोंबडा कधीच मोर होऊ शकत नाही.' तिच्या अशा टोचून बोलण्याचा त्याला खूप राग यायचा. शिवाय शैब्याचं कृष्णावर अतोनात प्रेम होतं. परंतु आपल्या काकांच्या वागण्यामुळे त्याचप्रमाणे त्यांना कृष्णाविषयी वाटणाऱ्या मत्सरामुळे आपलं कृष्णाशी कधी लग्न होऊ शकेल, ही आशा तर तिनं सोडूनच दिली होती.

अखेर एक दिवस कृष्णापेक्षा आपण किती वरचढ आहोत हे सिद्ध करून दाखवण्याच्या ईर्षेनं सृगाल वासुदेवानं कृष्णाविरुद्ध युद्ध पुकारलं. परंतु कृष्णानं

त्याला या युद्धात लीलया हरवलं. त्यानंतर कृष्णानं त्याच्याकडून त्याचा तो वैशिष्ट्यपूर्ण रथ आणि अश्व काढून घेतले. पुढे तो रथ आणि ते अश्व त्याच्या व्यक्तिमत्त्वाचा अविभाज्य भागच होऊन गेले. कृष्णाच्या त्या रथाला चार शुभ्र अश्व होते. त्या अश्वांना आपल्या धन्याचं मन अगदी बिनचूक कळत असे. कृष्णालासुद्धा अश्वविद्या अवगत होती. त्यालाही आपल्या अश्वांच्या मनात काय चाललंय ते कळत असे. ते अश्व हा जणू आपलाच एक हिस्सा असल्याप्रमाणे तो त्यांची काळजी घेत असे. त्यामुळेच महाभारतात श्रीकृष्णानं उत्कृष्ट सारथ्याची भूमिका निभावली. महाभारतात तो एकमेव सारथी असा होता, जो आपल्या अश्वांची जातीनं निगा राखत असे. रोज सूर्यास्तानंतर युद्धसमाप्ती झाल्यावर त्यांच्याशी हितगुज करून त्यांचं मन जाणून घेत असे. कौरवांविरुद्ध चालू असलेल्या त्या युद्धात अश्वांचं महत्त्व किती आहे, हे तो जाणून होता.

काही काळानंतर शैब्याचं आपल्यावर किती प्रेम आहे, हे कृष्णाला समजल्यावर त्यानं तिच्याशी विवाहसुद्धा केला.

कालयवन

मुचकुंद हा एक ख्यातकीर्त राजा होता. त्याचं घराणं खूप महान होतं. तो ईक्ष्वाकू वंशात जन्मला होता. त्याचा भाऊ अंबरीश तसेच त्याचे पिता मांधाता हे दोघंही अत्यंत विख्यात पुरुष होते.

एकदा देवांमध्ये आणि असुरांमध्ये घनघोर युद्ध झालं. या युद्धात इंद्रदेव एका निष्णात सेनापतीच्या शोधात होते. अखेर ते मुचकुंदाकडे जाऊन म्हणाले, ''महाराज, आता तुम्हीच आमचे सेनापती व्हा आणि या युद्धात आमच्या बाजूनं लढून असुरांचा पाडाव करा.''

''हा तर माझा बहुमानच आहे.'' असं म्हणून मुचकुंदानं इंद्राच्या त्या आमंत्रणाचा स्वीकार करून देवांचा सेनापती म्हणून त्या लढाईत उडी घेतली.

देवलोकामध्ये जाऊन मुचकुंद देवांच्या बाजूनं शर्थीनं लढला. युद्धसमाप्ती झाली तेव्हा तो फार थकला होता.

इंद्र त्याला म्हणाला, ''मुचकुंदा, आमच्या सैन्याचा सेनापती, शिव आणि पार्वतीचा पुत्र कार्तिकेय हा आता आलेला आहे. पण तू आमच्या संकटकाळी आमच्या मदतीला धावून आलास, आमच्या पाठीशी खंबीरपणे उभा राहिलास; तेव्हा आता तुझी काय इच्छा आहे, ते सांग. आम्ही ती पूर्ण करू.''

मुचकुंदाला आता आपल्या राज्याची आणि आपल्या कुटुंबीयांची आठवण झाली. इतके दिवस तो या लढाईत मनानं इतका गुंतलेला होता, की त्याला त्यांची

एकदाही आठवण झाली नव्हती. तो उत्साहानं आणि आशेनं इंद्राला म्हणाला, ''मला माझ्या कुटुंबीयांना, मुलाबाळांना, प्रजाजनांना भेटायचंय. मला घरी परत जायचंय. मला त्यांच्याबरोबर वेळ घालवायचाय.''

त्यावर इंद्र मोठ्या विषादानं म्हणाला, ''अरे मुचकुंदा, देवलोकामधील एक दिवस आणि पृथ्वीलोकाचा एक दिवस हे काही सारखे नसतात. तू तर गेली कित्येक वर्षं देवलोकातच घालवलीस. पण देवलोकामधील एक दिवस हा पृथ्वीलोकातील एका वर्षाइतका असतो. त्यामुळेच आज पृथ्वीवर तुझी मुलंबाळ, तुझे कुटुंबीय, तुझं राज्य याची नावनिशाणीसुद्धा शिल्लक उरलेली नाही. त्यामुळे एक मोक्षप्राप्तीची इच्छा सोडून तू माझ्याकडे इतर कोणताही वर मागितलास, तरी मी तो तुला देईन. तुला मोक्ष मिळवायचा असेल, तर ती इच्छा केवळ भगवान विष्णूच पूर्ण करू शकतात. तेवढं सोडून बाकी काहीही वर माझ्याकडे माग.''

या पृथ्वीवर आपल्या कुटुंबामधील कुणीही अस्तित्वात नाही, हे ऐकून मुचकुंदाला अतीव दुःख झालं. त्याच्या अंगातलं सगळं त्राणच गेलं. तो शोकविव्हल होऊन इंद्राला म्हणाला, ''तसं असेल, तर मला फक्त सुखानंत निद्रा हवी आहे. मला तुम्ही शांत झोप लागेल एवढंच वरदान द्या.''

''बाळा, ही तर फार साधी मागणी तू केलीस. मी तुला असं वरदान देतो, की तू पृथ्वीवर परत गेलास की तुला अत्यंत शांत झोप लागेल. एवढंच नाही, तर तुझ्या निद्रेचा जो कुणी भंग करेल, त्याची क्षणार्धात राख होऊन जाईल.''

त्यावर मुचकुंद पृथ्वीवर परत येऊन एका डोंगरातील गुहेत शांत झोपी गेला. त्यानंतर कित्येक वर्षं लोटली, तरी तो तसाच शांत झोपलेला होता.

त्याच वेळी तिकडे कालयवन नावाचा एक क्रूर राक्षस राहत होता. त्याला यादवांविषयी फार शत्रुत्व वाटत असे. त्यानं भगवान शंकरांची कठोर तपश्चर्या करून त्यांच्याकडून एक वर मागून घेतला. त्यानुसार कोणताही यादव त्याचा तलवारीनं वध करू शकणार नव्हता.

मगध देशाचा राजा जरासंध याला कालयवनाला मिळालेल्या या वरदानाविषयी समजल्यावर त्याला अतिशय आनंद झाला. याच संधीची तो गेली अनेक वर्षं वाट पाहत होता. त्याच्या दोन मुली अस्ती आणि प्राप्ती या कंस राजाच्या पत्नी असून त्या आता विधवा झालेल्या होत्या. कृष्णानं कंसाचा वध केल्यानंतर त्या दोघी माहेरी आपल्या पित्याकडे राहायला आलेल्या होत्या. आपला पिता जरासंध यानं कृष्णाचा सूड घ्यावा, अशी इच्छा त्या दोघी नेहमी बोलून दाखवत असत. कालयवन राक्षसाच्या रूपानं ही आयती संधी चालून आली होती.

जरासंधानं कालयवनाशी हातमिळवणी केली. त्यानं कालयवनाला सेनापती बनवलं आणि मथुरेवर आक्रमण करून कृष्णाचा आणि इतर यादवांचा वध

करण्यास सांगितलं.

कृष्णाला त्याच्या गुप्तहेरांकडून याचा सुगावा लागला. परंतु त्याच्या स्वतःच्या सैन्याच्या जोरावर त्याला या जरासंध-कालयवन युतीचा मुकाबला करून आपल्या रयतेचे प्राण वाचवणं शक्य झालं नसतं. त्याला आपल्या प्रजेची काळजी होती. म्हणून त्यानं सर्व प्रजाजनांना मथुरा राज्य सोडून पश्चिमेला निघून जाण्यास सांगितलं. मग त्यानं देवांचा स्थापत्यपती विश्वकर्मा याला बोलावून एका नगराचं निर्माण करण्यास सांगितलं. त्याच्या सूचनेनुनसार विश्वकर्म्यानं द्वारकानगरी निर्माण केली. ती समुद्राकाठी वसलेली असून ती सर्व बाजूंनी सुरक्षित होती. मथुरेच्या सर्व रहिवाशांनी द्वारकेला प्रयाण केलं. श्रीकृष्ण मात्र मथुरेतच थांबला. कालयवनाला आपल्या नव्या द्वारका नगरीविषयी काही थांगपत्ता लागू नये आणि त्यानं आपल्या प्रजेला त्रास देऊ नये यासाठी त्यानं मुद्दामच ही क्लृप्ती केली.

कृष्णाला जसा अंदाज होता, तसंच घडलं. कालवयन आपल्या सैन्यानिशी मथुरेवर चाल करून आला; परंतु मथुरा नगरी पूर्णपणे ओसाड पडली असून एकही प्रजाजन राहत नसल्याचं पाहताच कालयवन संतप्त झाला. ''ही नगरी आगीत भस्मसात करा!'' असा त्यानं आपल्या सैन्याला आदेश दिला. त्याच्या गुप्तहेरांनी त्याला येऊन सांगितलं, ''महाराज, एक सावळ्या रंगाचा तरुण या नगरातून फिरताना आम्ही पाहिला. त्यानं राजासारखा पोषाख परिधान केला असून, त्याच्या चेहऱ्यावर स्मितहास्य होतं.''

हा नक्कीच कृष्ण असणार, हे कालयवनाला कळून चुकलं. ''तो नक्कीच कृष्ण असणार. मी त्याचा सत्यानाश करीन!'' तो म्हणाला. ''मी माझ्या हातानं त्याचा गळा आवळून ठार मारेन.'' त्यानंतर संतापानं धुमसत तो भगवान श्रीकृष्णाच्या शोधात बाहेर पडला.

कालयवनाची नजर कृष्णावर पडताच कृष्णानं तिथून पळ काढला. कालयवन त्याच्या मागे लागला. कालयवन अत्यंत बलाढ्य आणि शूर योद्धा असला, तरी कृष्णाच्या अंगीच्या असामान्य चापल्यापुढे त्याच्या शक्तीचा काहीही उपयोग नव्हता. पळता पळता कृष्ण मुद्दामच आपली गती मंद करून कालयवन जवळ येईपर्यंत थांबे. आता आपण कृष्णाला पकडणार असं कालयवनाला वाटलं, की लगेच त्याला हुलकावणी देऊन तो पुढे पळून जाई. अशा प्रकारे कालयवनाची अनेकदा फसगत झाली. अखेर तो थकून भागून थांबला.

आता कृष्ण एका पर्वतापाशी आला. तो पर्वतावर चढून जात असल्याचं पाहताच कालयवनसुद्धा त्याच्या पाठोपाठ चढू लागला. काही क्षणांतच कृष्णाला एक गुहा दिसली. तो तत्काळ आत शिरला. त्याच्या पाठोपाठ कालयवनसुद्धा गुहेत शिरून बऱ्याच आत गेला. खूप अंतर गेल्यावर कालयवनाला गुहेच्या एका

कोपऱ्यात एक व्यक्ती झोपलेली दिसली. त्या व्यक्तीच्या अंगावर डोक्यापासून पायांपर्यंत पांघरूण होतं.

कालयवन जोरजोरात हास्य करत म्हणाला, ''कृष्णा, अखेर तू माझ्या तावडीत येऊन सापडलास. आता मी तुला पकडून जरासंधाकडे घेऊन जातो. त्यानं पांघरुणात लपेटून झोपलेल्या आकृतीच्या जवळ जाऊन तिच्यावर लाथाबुक्क्यांचा भडिमार केला; परंतु ती आकृती निश्चलच पडून होती. अखेर कालयवनानं त्या व्यक्तीच्या डोक्यावरचं पांघरूण ओढून काढलं. आश्चर्य असं, की तो एक अत्यंत खंगलेला, दाढीवाला म्हातारा होता. तो म्हातारा सावकाश उठून उभा राहिला. तो क्रोधित नजरेनं कालयवनाकडे पाहू लागला. त्याच्या निद्रेचा भंग झाल्यामुळे त्याचे डोळे आग ओकत होते. त्यानंतर एक चमत्कार घडला. बघता बघता कालयवनाची तिथल्या तिथे राखरांगोळी झाली. तो म्हातारा दुसरा तिसरा कुणी नसून मुचकुंद होता.

मुचकुंदाने त्यानंतर मागे वळून पाहिलं. त्याला तिथेच अंधारात दडी मारून बसलेला श्रीकृष्ण दिसला. मुचकुंदाच्या दिव्य दृष्टीला तो एक सामान्य मानव न दिसता त्याच्या मूळ रूपात, म्हणजेच भगवान विष्णूंच्या रूपात दिसला. मुचकुंद म्हणाला, ''परमेश्वरा, मला असं एकट्यानं, एकाकी जीवन कंठण्याचा कंटाळा आला आहे. मला कृपा करून मोक्ष प्रदान करा. केवळ तुम्हीच हे करू शकता.''

कृष्णानं स्मितहास्य करून त्याला आशीर्वाद दिले. ''पुत्रा, अजून या पृथ्वीतलावर तुला आणखी काही काळ जीवित राहावं लागेल; परंतु त्यानंतर मात्र तुला मोक्षप्राप्ती होईल.''

मुचकुंदानं ते मान्य करून त्यानंतर हिमालयात जाऊन तपश्चर्या करण्याचं ठरवलं. कृष्णाची आणि मुचकुंदाची ज्या ठिकाणी भेट झाली ते ठिकाण म्हणजे गुजरात राज्यातील गिरनार. द्वारकानगरी हे एक द्वीपकल्प होतं; परंतु आता मात्र ती समुद्राच्या तळाशी गेलेली आहे.

पांचजन्य

कृष्ण आणि बलराम हे गोकुळात आणि वृंदावनात गुराखी म्हणूनच लहानाचे मोठे झाले. त्यांनी औपचारिकरीत्या शिक्षण कधी घेतलं नाही; पण हे दोघं अत्यंत व्यवहारचतुर, धैर्यवान आणि धोरणी होते.

ते दोघं जेव्हा मथुरेला आले आणि कंसाचा वध करून त्यांची आपल्या खऱ्या माता-पित्यांशी भेट झाली, तेव्हाच आपण राजकुळातील असल्याचं त्यांना समजलं. त्या वेळी घरातील काही वडीलधाऱ्या मंडळींनी असं ठरवलं, की राजकुमारांना जे

जे शिक्षण दिलं जातं, ते सर्व काही या दोघांनासुद्धा देण्यात यावं. त्यासाठी त्या दोघांनाही सांदीपनी ऋषींच्या आश्रमात पाठवण्यात आलं.

आश्रमात असताना त्या दोघांना एक मित्र मिळाला. त्याचं नाव सुदामा. त्या सर्वांनी आश्रमात राहून सर्व प्रकारच्या विद्या शिकून घेतल्या. कृष्ण अत्यंत संवेदनशील होता. आपले गुरू आणि गुरुपत्नी मनोमन खूप दुःखी आहेत, हे त्यानं जाणलं.

सर्व विद्यांमध्ये पारंगत होऊन आश्रम सोडून परत जाण्याची जेव्हा वेळ आली, तेव्हा कृष्ण आपल्या गुरूंपुढे हात जोडून म्हणाला, ''गुरुवर्य, तुम्ही आम्हाला ज्ञान दिलंत, सर्व विद्या शिकवल्यात. आम्ही कृतज्ञ आहोत. आम्हाला काहीतरी गुरुदक्षिणा द्यायची आहे. तुमची काय इच्छा असेल, ती सांगा.''

गुरू सांदीपनी हसून प्रेमळपणे म्हणाले, ''बाळांनो, तुम्हाला शिक्षण देणं हाच माझ्यासाठी फार मोठा बहुमान होता. आता माझा आणि माझ्या कुटुंबाचा सांभाळ तुमचे आई-वडील करतीलच. मला तुमच्याकडून काहीच नको.''

''पण माझ्या एक गोष्ट लक्षात आली आहे. गुरुवर्य, तुम्ही आणि गुरुमाता नेहमी दुःखी आणि उदास असता. तुमच्या दुःखाचं काय कारण ते मला सांगा. मला कोणत्याही प्रकारे तुमचं दुःख हलकं करता आलं, तर ते आवडेल.'' कृष्ण म्हणाला.

त्यावर गुरुमातेच्या डोळ्यांत अश्रू आले. ती म्हणाली, ''आमचा एकुलता एक मुलगा जेव्हा समुद्रकिनारी प्रभास तीर्थावर फिरायला गेला होता, तेव्हा पंचजन जमातीच्या प्रमुखानं त्याचं अपहरण केलं. आम्ही त्याचा खूप शोध घेतला; पण आमचा मुलगा काही आम्हाला परत मिळाला नाही. त्या दुःखाचा सल उरात घेऊनच आम्ही जगतो आहोत. हेच तुला आमच्याकडे पाहून जाणवतं. तू त्याला परत आणू शकशील का? त्याहून योग्य अशी कुठलीच गुरुदक्षिणा मला सुचत नाही.''

''मी त्याला नक्कीच परत आणीन गुरुमाते.'' कृष्ण आत्मविश्वासानं म्हणाला.

मग कृष्ण आणि बलराम यांनी प्रभास तीर्थावर जाऊन तिथे या घटनेविषयी तपास सुरू केला. तिथे त्यांना असं कळलं की, पंचजन जमातीचा प्रमुख शंकासुर नावाचा एक माणूस होता. तो समुद्राच्या पोटात राहत असे. पण मधूनच कधीतरी भूमीवर येऊन तो तिथल्या लोकांना त्रास देत असे. तो लोकांना पकडून त्यांची छळवणूक करायचा आणि त्यांना आपले गुलाम बनवून आपली चाकरी करायला भाग पाडायचा.

कृष्ण आणि बलराम यांनी या शंकासुराशी युद्ध करायचं ठरवलं. त्यांनी समुद्रात शिरून त्याचा शोध घेण्यास सुरुवात केली. या दोघांना पाहून शंकासुराला

खूप आनंद झाला. आता आपली सेवा करण्यासाठी आयतेच दोन गुलाम मिळाले, असं त्याला वाटलं.

कृष्णाला त्या शंकासुराच्या अवतीभोवती खूप लहान मुलं दिसली. आपल्या गुरूंचा पुत्रसुद्धा या मुलांमधलाच कुणीतरी एक असला पाहिजे, हे त्यानं जाणलं. हा शंकासुर स्वतःबरोबर नेहमी एक अत्यंत सुंदर शंख घेऊन फिरत असे, हेही त्यानं पाहिलं.

कृष्ण पोहतपोहत शंकासुरापाशी जाऊन सरळच म्हणाला, "या मुलांना ताबडतोब सोडून दे."

भगवान कृष्णाला जसं वाटलं होतं, तसंच घडलं. शंकासुरानं हुकूम सोडला, "या दोन मुलांना पकडा."

अशा रीतीनं तिथल्या तिथेच युद्धाला तोंड फुटलं. कृष्ण आणि बलराम यांनी शंकासुराला लीलया हरवलं आणि शरण येण्यास भाग पाडलं.

"एक वचन दे. इथून पुढे तू कुठल्याही लहान मुलाला पळवणार नाहीस." कृष्ण म्हणाला.

शंकासुर मान खाली घालून म्हणाला. "नाही महाराज, मी तसं वचन देतो. मला क्षमा करा."

मग शंकासुरानं सगळ्या मुलांना मुक्त केलं आणि श्रीकृष्णाला आपला शंख भेट दिला.

"या संपूर्ण जगात तुझ्या जमातीचं आणि तू दिलेल्या या वचनाचं नाव होईल. आजपासून मी या शंखाचं नाव पांचजन्य असं ठेवत आहे. मी युद्धाला सुरुवात करण्यापूर्वी हा शंख फुंकून माझ्या शत्रूंना असा इशारा देईन, की मी जगामध्ये धर्माचं रक्षण करण्यासाठी सदैव सज्ज आहे. मी हा शंख फुंकला की त्याचा अर्थ माझ्या शत्रूंचा शेवट जवळ आला, असा असेल. या शंखाचा ध्वनी ऐकून माझ्या आत्मस्वकीयांना दिलासा मिळेल. त्यांच्या रक्षणासाठी मी कंबर कसून उभा असल्याची ती नांदीच असेल."

कृष्ण आणि बलराम गुरू सांदीपनींच्या मुलाला घेऊन जेव्हा आश्रमात परतले, तेव्हा गुरू सांदीपनींना झालेला आनंद अवर्णनीय होता. ते म्हणाले, "अगदी अल्पकाळासाठी का होईना, पण साक्षात् भगवंताचा गुरू होण्याचं भाग्य मला लाभलं. लोक मला भगवंतांचा गुरू म्हणूनच ओळखतील."

पुढे रुक्मिणी स्वयंवराच्या वेळी कृष्णानं हा शंख फुंकला होता. रुक्मिणीचं भगवान श्रीकृष्णावर प्रेम होतं आणि तिला त्याच्याबरोबर पळून जाऊन लग्न करण्याची इच्छा होती; पण अशा रीतीनं पळून जाऊन विवाह करणं कृष्णाला मान्य नव्हतं. तो म्हणाला, "मी तुला घेऊन जाईन, ते तुझ्या घरच्या संमतीनंच; तुझं

अपहरण करून नाही. ही गोष्ट म्हणूनच शंखध्वनी करून कृष्ण तिला राजरोसपणे सर्वांच्या डोळ्यांदेखत आपल्या रथातून घेऊन गेला.''

मुरा

मुरा हा एक महाशक्तिशाली असुर होता. त्याला साक्षात ब्रह्मदेवाकडून वरदान प्राप्त झालेलं होतं. जर युद्धाच्या प्रसंगी या मुरानं कुणालाही स्पर्श केला, तर तो मर्त्य असो अथवा अमर्त्य, त्याचा तत्क्षणीच मृत्यू होईल, असा तो वर होता.

मुरा हा नरकासुराचा मित्र होता. नरकासुराच्या कृष्णाविरुद्ध झालेल्या प्रत्येक युद्धात या मुरानं नरकासुराला साहाय्य केलं होतं. मुराला दोन मुलगे होते. ते दोघे मिळून नरकासुराच्या राजधानीचं संरक्षण करत असत. राजधानीत शिरण्याचा जो कुणी प्रयत्न करेल, त्याला ते तिथल्या तिथे ठार मारत.

ब्रह्मदेवाकडून मिळालेल्या वरदानामुळे मुरानं आणि त्याच्या मुलांनी ती राजधानी अनेक देवांपासून, अगदी इंद्रदेवापासूनसुद्धा सुरक्षित ठेवली होती. तेच अनेक राजांवर स्वारी करून त्यांची राज्यं बळकावत असत. या मुरानं तर साक्षात मृत्युदेवता यमराजावरसुद्धा स्वारी केली. त्यामुळे यमराजाला आपल्या रेड्यावर बसून यमलोकातून पलायन करावं लागलं.

आता या बाबतीत आपण हस्तक्षेप केलाच पाहिजे, हे कृष्णाला कळून चुकलं. 'मी समुद्रकिनारी तुझी वाट पाहत आहे' असा त्यानं मुराला निरोप पाठवला.

मुरा त्याला भेटायला आल्यावर भगवान कृष्ण त्याच्याशी सौम्यपणे बोलला. तो म्हणाला, ''अरे मुरा, तुला नक्की काय हवं आहे? तू असा सर्वांना त्रास देत का बरं हिंडतोस?''

त्यावर मुरा म्हणाला, ''देवा, मला लढायला खूप आवडतं. तुला जर माझ्याशी युद्ध करायचं असेल, तर पुढे ये. नाहीतर उगाच माझा वेळ फुकट दवडू नकोस.''

त्यावर भयभीत झाल्याचा अभिनय करत कृष्ण म्हणाला, ''पण मुरा, मला तुझी भीती वाटते. तू तर यमदेव, इंद्रदेव यासारख्या देवांनासुद्धा पळवून लावलं आहेस. मी तुझ्याशी युद्ध कसं काय करू? हे पाहा, भीतीनं माझं हृदय धडधडू लागलं आहे. माझ्या जिवाचा थरकाप झाला आहे. पण मला तुझ्या हृदयाची धडधडसुद्धा ऐकू येत आहे. तूसुद्धा माझ्यासारखाच घाबरला आहेस की काय?''

''अजिबात नाही.'' मुरा घाईघाईनं म्हणाला.

''स्पष्टच जाणवतं आहे. तुझाही थरकाप होत आहे.'' कृष्ण म्हणाला.

''मुळीच नाही!'' असं म्हणून आपलं हृदय खरंच धडधडत आहे का ते

पाहण्यासाठी मुरानं स्वतःच्याच हृदयावर हात ठेवला. त्याच क्षणी ब्रह्मदेवानं दिलेलं वरदान त्याला आठवलं; पण खूप उशीर झाला होता. तो कृष्णाच्या चरणांवर कोसळून गतप्राण झाला.

तेव्हापासून सर्व जण कृष्णाला मुरारी म्हणून ओळखू लागले.

नरकासुर

नरकासुर हा हिरण्याक्ष या असुराचा मुलगा होता. हा हिरण्याक्ष अत्यंत बलाढ्य असुर असून, त्याचं राज्य खूप मोठं होतं. त्याची राजधानी होती प्राग्जोतिषपूर. (म्हणजेच आजची गुवाहाटी) त्याच्याकडे एक वैशिष्ट्यपूर्ण अस्त्र होतं; ते म्हणजे वैष्णवास्त्र. तो त्या अस्त्राचा वापर राजेरजवाडे, सामान्य माणसं, देव आणि आपले प्रजाजन या सर्वांच्याच विरोधात करत असे. त्यानं इंद्राचा पराभव केल्यामुळे त्याला फार प्रसिद्धी मिळाली होती. त्यानं इंद्रदेवाची आभूषणं, तसंच इंद्राची माता अदिती हिची कर्णभूषणं बळकावली होती.

एका ख्यातनाम ज्योतिर्विद्या तज्ज्ञानं नरकासुराला सांगितलं होतं, ''तू जर १६००० स्त्रियांना बंदिवासात टाकलंस, तर त्यानंतर तू अजेय होशील. तुझा पराभव कुणीच करू शकणार नाही.''

हे भाकीत ऐकताच नरकासुरानं तरुण मुलींना पकडून तुरुंगात टाकण्याचा सपाटा लावला. त्याला जो कुणी विरोध करे, त्याचा तो वध करत असे.

इंद्रदेवसुद्धा हतबल झाला होता. आता या नरकासुराला जर वेळीच कुणी आवर घातला नाही, तर तो देवलोकावर आणि पृथ्वीलोकावर उत्पात माजवेल, अशी इंद्राला भीती वाटू लागली. मग तो मदतीची याचना करण्यासाठी कृष्णाकडे धावला.

कृष्णानं त्याला मदत करण्याचं वचन दिलं. मग आपली पत्नी सत्यभामा हिला सोबत घेऊन आपलं वाहन असलेल्या गरुडावर आरूढ होऊन पांचजन्य शंखाचा ध्वनी करत असहाय निरपराध लोकांच्या मदतीसाठी आपण जात असल्याचं घोषित करून कृष्ण निघाला.

नरकासुरानं आपल्या सेनेतील अनेक शूर योद्ध्यांना कृष्णाशी मुकाबला करायला पाठवलं; पण ते सर्व जण पराभूत झाले. मुरासह सर्वांनाच कृष्णानं यमसदनाला पाठवलं.

अखेर नरकासुराने स्वतःच कृष्णाविरुद्ध रणांगणात उतरायचं ठरवलं. दोघंही रणभूमीवर समोरासमोर ठाकले. त्यांच्या आजूबाजूला दोन्ही सेनांचं तुंबळ युद्ध सुरूच होतं. अखेरीस सत्यभामेनं आपल्या धनुष्यातून बाण सोडून नरकासुराला

जखमी केलं. त्या संधीचा फायदा घेऊन कृष्णानं तिथल्या तिथे नरकासुराचा वध केला. या एका अवतारात भगवान श्रीकृष्णानं स्वतःच्या सर्व अस्त्रांचा, तसेच भगवान श्रीविष्णूंच्याही अस्त्रांचा उपयोग केला. विश्वकर्म्यानं निर्माण केलेलं सुदर्शन चक्र, पंचजन्य जमातीच्या राजाकडून प्राप्त झालेला पांचजन्य शंख, कौमोदकी गदा, नंदक तलवार आणि शारंग धनुष्य या सर्वच आयुधांचा त्याने या प्रसंगी वापर केला.

कृष्णानं जेव्हा नरकासुराचा वध केला, तेव्हा त्याच्या शरीरातून रक्ताच्या चिळकांड्या उडून त्यातलं काही रक्त श्रीकृष्णाच्या अंगावर सांडलं.

नरकासुराचा पुत्र भगदत्त हा तातडीनं आपल्या पित्याकडे धावला. त्याला पाहताच कृष्ण म्हणाला, ''हे पाहा, माझं तुझ्याशी काहीच शत्रुत्व नाही. मला तुझं हे राज्यसुद्धा नको. तुझे वडील अवतीभोवती असलेल्या सर्वांचा छळ करत असल्यामुळे मी त्यांचा वध केला. पण तू मात्र आपल्या पित्याच्या पावलावर पाऊल टाकून चालू नकोस. तू एक उत्तम राज्यकर्ता होऊन तुझ्या प्रजेच्या कल्याणासाठी झटून काम कर.''

भगदत्ताला आपल्या पित्याच्या मृत्यूचं अतीव दुःख झालेलं असलं, तरीही कृष्णाच्या बोलण्यात तथ्य आहे, हे त्याला कळून चुकलं. त्यानं मान हलवून होकार दिला.

''नरकासुरानं बंदिवासात टाकलेल्या सर्व स्त्रियांना तू ताबडतोब मुक्त कर.'' कृष्ण म्हणाला. भगदत्तानं तत्काळ आपल्या सैनिकांना त्या सर्व स्त्रियांची मुक्तता करण्याचा आदेश दिला.

त्या सर्व स्त्रिया धावत कृष्णाकडे आल्या. कृष्णानं आपल्याला द्वारकानगरीतच आश्रय द्यावा म्हणजे आपला त्राता सतत आपल्या जवळ असेल, असं त्या सर्व जणींचं म्हणणं होतं. कृष्णानं त्यांची ही विनंती मान्य केली. त्यामुळेच कृष्णाला १६००० नारींचा रक्षणकर्ता, असंही म्हणतात.

भगदत्तानं इंद्रदेवाची सर्व आभूषणं, तसंच माता अदितीची कर्णभूषणं परत दिली. त्याचबरोबर त्यानं इंद्राला एक सदाबहार स्वर्गीय प्राजक्तवृक्ष भेट म्हणून दिला.

तो दिवस मावळण्यापूर्वी श्रीकृष्णानं तैलस्नान करून नरकासुराच्या रक्तानं माखलेला आपला देह शुद्ध केला. त्यानंतर सत्यभामेसह कृष्ण जेव्हा द्वारकेला परतला, तेव्हा द्वारका नगरीतील लोकांच्या उत्साहाला उधाण आलं. ती चतुर्दशी होती. भगवान श्रीकृष्णाच्या स्वागतासाठी प्रजाजनांनी घराघराची साफसफाई केली होती. घरातील जुन्या पुराण्या अडगळीच्या वस्तू फेकून घराला रंगरंगोटी केली होती आणि पहाटेच्या वेळी सर्वत्र दिव्यांची आरास केली होती. संपूर्ण द्वारकानगरी त्या

दिव्यांच्या प्रकाशात उजळून निघाली होती.

आता आपण या दिवशी दिवाळीचा सण साजरा करण्यास सुरुवात करतो. द्वारकानगरीच्या प्रजाजनांप्रमाणेच आपणही घरातील अडगळ फेकून देऊन घराची साफसफाई करतो. आपण अभ्यंगस्नान करून आपल्या शरीराची आणि आत्म्याची शुद्धी करतो. दिवाळी हा सण अनेक अर्थांनी महत्त्वपूर्ण असून, या सणाशी कथा जोडल्या गेलेल्या आहेत. नरकासुराचा वध करून कृष्ण द्वारकेला परतला, ही त्या अनेक कथांमधलीच एक कथा आहे.

आंधळ्या आजीचा दृष्टान्त

प्रद्युम्न हा भगवान श्रीकृष्ण आणि रुक्मिणी यांचा ज्येष्ठ पुत्र.

त्या काळी शंबरासुर नावाचा एक राक्षस राजा होता. त्याची आजी अंध होती; परंतु ती अंतःचक्षूंनी भूतकाळात घडलेल्या, तसेच भविष्यकाळात घडणाऱ्या गोष्टी पाहू शकत असे. शंबरासुर कधी ना कधीतरी भगवान श्रीकृष्णाचा काटा काढण्याच्या प्रयत्नांत आहे, याची तिला कल्पना होती.

एक दिवस ती शंबरासुराला म्हणाली, ''बाळा, तू श्रीकृष्णाच्या वाटेला जाऊ नकोस. त्याच्याशी युद्ध करू नकोस. तू जर हा हिंसेचा मार्ग सोडला नाहीस, तर एक दिवस तू तुझे स्वतःचे प्राण गमावून बसशील. तुझ्या कुटुंबाची वाताहत होईल.''

''परंतु या जगात माझा वध करू शकेल, असं कुणीच नाही. तूच मला सांग, माझी हत्या कोण करेल?'' शंबरासुर उन्मत्तपणे आपल्या आजीला म्हणाला.

''कृष्णाचा मुलगा प्रद्युम्न तुझी हत्या करेल.'' आजी विषादानं म्हणाली.

आपल्या आजीचे हे शब्द नक्कीच खरे होणार, अशी शंबरासुराला भीती वाटू लागली. मग त्यानं तातडीनं प्रद्युम्नाचा वध करण्याची योजना आखली.

त्यानं लहानग्या प्रद्युम्नाचं अपहरण करून त्याला मारून टाकण्याच्या कामगिरीवर काही राक्षसांना पाठवलं. पण त्यांच्यापैकी कुणालाच यश आलं नाही.

अखेर त्यानं स्वतःच हे काम करायचं ठरवलं. त्यानं मायावी विद्येच्या मदतीनं स्त्रीरूप धारण केलं आणि तो श्रीकृष्णाच्या द्वारका नगरीस रवाना झाला.

बाळ प्रद्युम्न आपली माता रुक्मिणी हिच्या शेजारी मंचकावर झोपला होता. शंबरासुरानं संधी साधून त्याचं अपहरण करून आकाशात उड्डाण केलं. तो वाटेत समुद्रावरून उड्डाण करत असताना त्याच्या मनात आलं, 'या बाळाला वरून जोरात फेकून दिलं, तर पाण्यात गुदमरून त्याचा तत्काळ जीव जाईल.' मग सर्व

शक्तीनिशी प्रद्युम्न बाळाला समुद्राच्या पाण्यात भिरकावून देऊन तो समाधानानं आपल्या राजधानीत परत गेला.

आपल्या राजवाड्यात पोहोचल्यावर शंबरासुर आपल्या आजीला म्हणाला, "आजी, कधीकधी तू वर्तविलेलं भाकीतसुद्धा चुकतं. या वेळेसच ते चुकलं आहे. मी त्या प्रद्युम्नाचा वध करून आलोय. आता कुणी माझ्या केसालासुद्धा धक्का पोहोचवू शकत नाही. मी अमर्त्य बनलो आहे."

परंतु आपण आपल्या अंतःचक्षूंनी पाहिलेल्या दृष्यावर आजीचा पूर्ण विश्वास होता. ती जरा कठोरपणे म्हणाली, "असं समजू नकोस बाळा. प्रद्युम्नाला तुझा वध करताना मी स्वतः माझ्या अंतःचक्षूंनी पाहिलेलं आहे. तो कसा आणि कधी तुझी हत्या करणार आहे, हे काही मला माहीत नाही; पण मला तसा दृष्टान्त झालाय, हे मात्र नक्की."

"आजी, अगं तू आता वृद्ध झाली आहेस. तुझी ही अंतर्दृष्टीसुद्धा क्षीण झाली आहे. जे काही दृष्टान्त तुला होतात, ते खरे असतीलच, असं नाही."

इकडे शंबरासुरानं आकाशातून भिरकावून दिलेलं प्रद्युम्न बाळ एका मोठ्या माशाच्या 'आ' वासलेल्या जबड्यात पडलं. तो मासा मोठा होऊ लागला. काही दिवसांनी कोळ्यांच्या जाळ्यात सापडला. तो आकारानं इतका मोठा होता, की ते कोळी त्याला राजाकडे घेऊन गेले. "हा मासा इतका प्रचंड मोठा आहे, की आपण याचं काय करणार? त्यापेक्षा आपण हा शंबरासुर महाराजांना भेट म्हणून दिला, तर ते आपल्याला मोठं बक्षीस देतील." ते कोळी एकमेकांत चर्चा करू लागले. अखेर ते त्या माशाला शंबरासुराकडे घेऊन गेले.

त्या कोळ्यांनी तो भला मोठा मासा शंबरासुराला अर्पण केल्यावर त्यानं खूश होऊन त्यांना सुवर्णमुद्रा देऊन त्यांची बोळवण केली.

मायावती राणीनं तो मासा मुदपाकखान्यात पाठवून दिला. तिथले आचारी आणि त्यांची पत्नी बाणावती यांना संतान नव्हतं. त्या गोष्टीचं त्यांना खूप दुःख होतं. बाणावती ही गुप्तपणे भगवान विष्णूंची भक्ती करत असे. तो भलामोठा मासा पाहून ती म्हणाली, "आपण या माशाचं पोट जरा काळजीपूर्वकच चिरलं पाहिजे. त्याच्या पोटात नक्कीच काहीतरी दडलेलं दिसतंय. कदाचित सोनंनाणं किंवा जडजवाहीरसुद्धा असू शकेल. नाहीतर कोणताही मासा या अशा आकाराचा कसा काय असेल?"

मग त्या जोडप्यानं त्या माशाचं पोट काळजीपूर्वक कापताच त्यांना आत एक गुटगुटीत सुंदर बालक पहुडलेलं दिसलं. ही परमेश्वरानं आपल्यावर केलेली कृपा आहे, असंच बाणेश्वरीला वाटलं. आपला पुत्र म्हणून याचा सांभाळ करायचा, असं तिनं ठरवलं.

काही दिवसांनी ती त्या बाळाला घेऊन राजा शंबरासुराच्या दर्शनाला गेली. हे बाळ आपल्याला कुठे आणि कसं सापडलं हे काही तिनं त्याला सांगितलं नाही. त्यानंही बाळाला भरभरून आशीर्वाद देऊन त्याचं नाव प्रद्युम्नच ठेवलं.

"याचं नाव तुम्ही प्रद्युम्न का ठेवलंत, महाराज?" दरबारातील कुणीतरी प्रश्न केला.

त्यावर शंबरासुर म्हणाला, "मी कृष्णाच्या मुलाचा वध केला. त्याचं नावसुद्धा प्रद्युम्न होतं. मी जेव्हा जेव्हा या मुलाकडे पाहीन, तेव्हा मी कृष्णावर कसा विजय मिळवला, त्याची मला आठवण होत राहील. म्हणूनच मी या मुलाचं नाव प्रद्युम्न ठेवतोय."

बाणावतीनं प्रद्युम्नाला अत्यंत मायेनं वाढवण्यास सुरुवात केली. तो शत्रूच्या घरातच लहानाचा मोठा होऊ लागला. बाणावतीला मायावी विद्या अवगत होती. त्यामुळेच तिच्या प्रभावाखाली प्रद्युम्नाची इतर मुलांपेक्षा फार झपाट्यानं वाढ झाली. काही दिवसांतच तो एक उमदा, देखणा तरुण झाला. तो शृंगाराच्या देवासारखा म्हणजे मन्मथासारखा दिसत असे. या मन्मथाचा भगवान शंकरांच्या क्रोधाला बळी पडून मृत्यू ओढवला होता. त्या वेळी त्याची पत्नी रती हिचा शोक अनावर झाला होता. तिची ती शोकविव्हल अवस्था पाहून भगवान विष्णूंना तिची दया आली होती. ते म्हणाले होते, "रती, तू शोक करू नकोस. तुझा पती द्वापारयुगात द्वारकानगरीत कृष्णाचा पुत्र प्रद्युम्न म्हणून जन्म घेईल. तूसुद्धा पुढचा जन्म पृथ्वीवर घे, त्याला भेट आणि त्याच्याशी विवाह कर."

त्यानंतर रतीनं रुक्मिणीचा भाऊ रुक्मी याच्या पोटी जन्म घेतला. तिचं नाव होतं रुक्मावती.

काही दिवसांतच आपण नक्की कोण आहोत आणि या पृथ्वीतलावर कोणतं कार्य करण्यासाठी आपण जन्म घेतला आहे, याची त्याला जाणीव झाली. त्यानं शंबरासुराविरुद्ध युद्ध पुकारलं आणि आपल्या वैशिष्ट्यपूर्ण अशा वैष्णवास्त्रानं त्याचा वध केला. त्यानंतर तो द्वारकेला परत गेला. त्यानं आयुष्यभर सावलीसारखी श्रीकृष्णाला सोबत केली. सर्वांचं त्याच्यावर निरतिशय प्रेम होतं. त्यानं पुढे रुक्मावतीशी विवाह केला. त्या दोघांना जो पुत्र झाला त्याचं नाव अनिरुद्ध.

स्वप्नात वरलेला पती

बाली राजाचा मुलगा बाणासुर हा एक शक्तिशाली असुर होता. त्याचं राज्य खूप मोठं होतं. तो भगवान श्री शंकरांचा आणि पार्वतीदेवीचा भक्त होता. एकदा त्यानं भगवान शंकरांची कठोर तपश्चर्या करण्यास सुरुवात केली. बराच काळ गेल्यानंतर एक दिवस स्वतः भगवान शंकर त्याच्या समोर प्रकट होऊन म्हणाले, "वत्सा, तुझी काय इच्छा आहे, ते सांग."

"भगवंता, मला एक हजार हात हवे आहेत. म्हणजे तुम्ही जेव्हा तांडवनृत्य कराल, तेव्हा मला त्या सर्व हातांनी मृदंग वाजवता येईल. त्याचप्रमाणे मला प्रत्येक युद्धात विजय मिळाला पाहिजे."

शंकरांनी स्मितहास्य करत मानेने होकार दिला.

बाणासुर स्वतःवर खूश होत मनाशी म्हणाला, "माझे हजार हात आणि प्रत्येक युद्धात विजय प्राप्त करण्याच्या या वरदानामुळे आता माझा कुणीच पाडाव करू शकणार नाही. मी तर अजिंक्यच झालो."

मग भगवान शंकरांनी बाणासुराच्या हाती एक पेटलेली मशाल दिली. ते म्हणाले, "जेव्हा कधी या मशालीची ज्योत विझेल, तोच तुझ्या अंताचा संकेत असेल."

हे वरदान प्राप्त झाल्यानंतर बाणासुर अत्यंत उन्मत्तपणे वागू लागला. त्यानं सगळीकडे प्रचंड प्रमाणावर संहार सुरू केला. त्याच्या विरोधात उभं ठाकण्याचं साहस जर कुणी केलंच, तर आपल्या एक सहस्र हातांनी तो त्याच्यावर बाणांचा वर्षाव करून त्याला नामोहरम करत असे. त्यामुळे स्वर्गातील देव चिंताग्रस्त झाले. भविष्यात काय घडणार याची त्यांना काळजी वाटू लागली.

इकडे थोड्याच दिवसांत प्रत्येक लढाई जिंकून सर्वत्र विजय प्राप्त करण्याचा बाणासुराला कंटाळा आला. मग त्यानं परत एकदा भगवान शंकरांची प्रार्थना करून

त्यांना पाचारण केलं. ते प्रकट झाल्यावर तो त्यांना म्हणाला, ''हे भगवंता, या अशा कमजोर, दुर्बल माणसांशी युद्ध करण्यात मला आता काहीच रस वाटत नाही. मला इंद्रदेवाशीही लढायचं नाही, कारण ते लगेच तुमच्याकडे धाव घेतील आणि या पृथ्वीतलावर माझ्याशी सामना करू शकेल, असा एकही मानव नाही. त्यामुळे माझ्याशी तुल्यबळ अशा प्रतिस्पर्ध्याशी एकतरी युद्ध खेळण्याची मला संधी द्या.''

भगवान शंकरांनी होकार दिला.

असेच दिवस जात होते. बाणासुर रोज त्या पेटलेल्या मशालीकडे निरखून पाहत असे, पण तिच्या ज्योतीत काहीच बदल नव्हता.

बाणासुराला एक कन्या होती. तिचं नाव उषा. ती पार्वती देवीची भक्त होती. ती इतकी सुंदर होती, की अवघ्या विश्वात तिच्या सौंदर्याची चर्चा होती.

त्यामुळे बाणासुरानं तिच्यासाठी स्वयंवराचं आयोजन करण्याचं ठरवलं. त्यानंसुद्धा पार्वती देवीची प्रार्थना केली. ''हे देवी, माझ्या कन्येला सुयोग्य वर मिळू दे.''

स्वयंवराच्या आधी बाणासुरानं एक दुहेरी मथितार्थ असलेली घोषणा केली. तो म्हणाला, ''ही मशाल तोडून खाली पाडण्यात ज्याला यश येईल, तोच माझ्या कन्येसाठी सुयोग्य पती असेल.''

बाणासुर चतुर होता. ही मशाल खाली पाडण्याची हिंमत जो कुणी दाखवेल, तो आपला तुल्यबळ प्रतिस्पर्धी असेल, हे त्यानं ओळखलं होतं.

स्वयंवराच्या वेळी दूरदूरच्या देशांमधून तरुण, शूर राजेरजवाडे सभामंडपात जमा झाले. उषेने त्या सर्वांवर एक नजर टाकली. ती पार्वतीदेवीला म्हणाली, ''माते, मला एक देखणा, उमदा पती हवा आहे; पण त्याचबरोबर तो माझ्यावर मनापासून प्रेम करणारा हवा. मी जशी आहे, तसा त्यानं माझा स्वीकार करावा. मला केवळ मशाल जमिनीवर पाडून स्वतःचं शौर्य सिद्ध करणारा पुरुष नको आहे.''

पार्वती देवीने तिची ही इच्छा पूर्ण होईल, असा तिला आशीर्वाद दिला. नियतीच्या मनातसुद्धा तेच असावं, कारण जमलेल्या राजांपैकी कुणालाही ती मशाल जमीनदोस्त करण्यात यश मिळालं नाही. बाणासुर त्यामुळे अगदी निराश झाला. रागाच्या भरात तो स्वतःच ती मशाल खाली पाडायला निघाला. त्याचे काय परिणाम होतील, याचा त्यानं विचारसुद्धा केला नाही.

त्याच रात्री उषेला एक स्वप्न पडलं. स्वप्नात तिला एक अत्यंत देखणा पुरुष दिसला. त्याचा चेहरा प्रेमळ होता. तो स्वप्नात तिच्याशी फार प्रेमानं बोलला. त्यानंतर दिवस उजाडल्यावर तिला जाग आली आणि ते स्वप्न भंग पावलं. तिला त्याची तीव्रतेनं आठवण येऊ लागली. ती गोंधळून गेली. ते स्वप्न होतं की सत्य?

दुसऱ्या रात्री तिला परत तेच स्वप्न पडलं. या खेपेला ती त्या स्वप्नात रात्रभर त्याच्याशी बोलत होती. असा रोजच रात्री तो पुरुष तिच्या स्वप्नात येऊ लागला. तो इतका आकर्षक होता, की उषा त्याच्या प्रेमात आकंठ बुडून गेली.

अशाच एका रात्री तिच्या स्वप्नात आलेला तो पुरुष तिला म्हणाला, "आजचा दिवस शुभ आहे. चल आपण विवाहबद्ध होऊ." उषा त्या पुरुषाच्या इतकी प्रेमात पडलेली होती, की तिनं तत्काळ त्या गोष्टीला मान्यता दिली आणि दोघांनी एकमेकांच्या गळ्यात माळा घातल्या. आता ते पती-पत्नी होते.

दुसऱ्या दिवशी सकाळी उषा झोपेतून जागी झाली, तरीही आपल्या पतीचा विचार तिच्या मनातून जात नव्हता. तिच्या सोबत तिची एक सखी चित्रलेखा सदासर्वकाळ असे. ही सखी उत्तम चित्रकार होती. उषेची ही मनःस्थिती तिच्या लक्षात येताच ती म्हणाली, "उषा, काय झालं गं? एकीकडे तू समाधानी, आनंदी दिसतेस, तर त्याच वेळी एखाद्या दिवास्वप्नात हरवून गेल्यासारखी भासतेस. मी राजवैद्यांना बोलावून घेऊ का? का तुझ्या मातेला तुझ्या या अवस्थेविषयी सांगू?"

आता मात्र उषेला आपलं हे गुपित आपल्या सखीजवळ उघड करणं भागच पडलं. ती म्हणाली, "अगं, गेल्या काही दिवसांपासून एक तरुण रोजच रात्री माझ्या स्वप्नात येतो. मी त्याच्या प्रेमात पडले आहे. ही तर माता पार्वतीचीच कृपा आहे. माझ्या प्रार्थनेला फळ आलं आहे. काल रात्री स्वप्नात मी आणि त्या तरुणानं गुप्तपणे विवाह केला."

चित्रलेखाला उषेच्या मनःस्थितीमागे हे कारण असेल हे अपेक्षित नव्हतं. उषा एक राजकन्या होती. तिनं आपल्या माता-पित्याच्या संमतीशिवाय विवाह केला होता. पण आपण आत्ताच या गोष्टीतून काही तर्क न काढलेला बरा, असं तिनं ठरवलं. ती उषेला म्हणाली, "त्या तरुणाचं नाव तरी काय? त्याचं घराणं कुठलं आहे? त्याचे आई-वडील कोण आहेत उषा?"

"चित्रलेखे, मला याविषयी काहीच माहीत नाही गं. त्याला मी स्वप्नात जेव्हा जेव्हा बघते, तेव्हा मी इतकी मंत्रमुग्ध होऊन जाते, की त्याला हे असले काही प्रश्न विचारायचं माझ्या मनात येतच नाही."

चित्रलेखा ही एक बुद्धिमान तरुणी होती. हा पुरुष नक्की कोण आहे, ते आता शोधून काढायचंच, असं तिनं ठरवलं. मग तिनं देशोदेशीच्या राजकुमारांची तैलचित्रं उषेला दाखवली. पण त्यातला कुणीच उषेच्या स्वप्नात येणारा पुरुष नव्हता. मग ती म्हणाली, "ठीक आहे. तू तुझ्या स्वप्नातील राजकुमाराचं वर्णन करून मला सांग. तू सांगत जा, आणि तुझ्या वर्णनानुसार मी त्याचं चित्र काढते. चित्र काढताना कुठे काही चूक झाली, तर मला तिथल्या तिथे सांग. मी चित्र दुरुस्त करीन."

उषानं संमतीदर्शक मान हलवून आपल्या पतीचं बारकाईनं वर्णन करण्यास

सुरुवात केली. ती जसं वर्णन करत होती, तसं चित्रलेखा त्याचं चित्र काढत होती. मध्येच गरज पडेल तेव्हा त्यात दुरुस्ती करत होती. अखेर उषा म्हणाली, "आता आपण इथेच थांबू या. या तुझ्या चित्रातला तरुण जवळपास माझ्या पतीसारखाच दिसत आहे."

"पण हा तरुण आहे तरी कोण?" चित्रलेखा विचारात पडली. तिला मायावी विद्या अवगत होती. त्या जोरावर ती स्वतःला हवं तसं रूप घेऊन कुठेही वेगानं जाऊन पोहोचू शके. मग त्या तरुणाचं चित्र बरोबर घेऊन, स्वतःचं रूप बदलून चित्रलेखानं देशोदेशी प्रवास करण्यास सुरुवात केली. ती त्याचा शोध घेऊ लागली.

काही दिवसांतच ती परत येऊन उषेला म्हणाली, "उषे, तू त्या तरुणाला विसरून जा. अगं, तो कोण आहे, ते माहीत आहे का? तुझ्या वडिलांचा कट्टर शत्रू असलेल्या कृष्ण आणि रुक्मिणी यांचा नातू आहे. हा अनिरुद्ध अत्यंत देखणा असून, तो दिसायला आपल्या आजोबांसारखा आहे; परंतु तुझे वडील तुझा हात त्याच्या हाती कधीही देणं शक्य नाही. तेव्हा तू त्याला विसरून जावंस, हे बरं."

"पण तो माझ्यासाठीच जन्माला आलेला आहे." उषा विरहानं व्याकूळ होत म्हणाली. "मी त्याचा नाद कसा गं सोडू, चित्रलेखे? अगं, साक्षात देवी पार्वतीनंच आम्हाला आशीर्वाद दिला आहे."

नेमका त्याच वेळी बाणासुर आपल्या कन्येच्या कक्षाकडे येत होता. त्यामुळे हे संपूर्ण संभाषण त्याच्या कानी पडलं. तो कक्षात आला. समोरच चित्रलेखेनं चितारलेलं अनिरुद्धाचं तैलचित्र होतं. ते पाहून तो अत्यंत क्रोधित झाला. "उषा, तू कृष्णाच्या नातवाला आपला पती म्हणून वरलंस? हे असं काहीतरी विपरीत तू केलंस तरी कसं?" असं म्हणून त्यानं ते चित्र उचलून गवाक्षातून बाहेर भिरकावलं. त्यानं ते चित्र इतक्या संतापानं, पूर्ण शक्तीनिशी बाहेर भिरकावलं होतं, की बाहेरच्या बाजूला खांबावर असलेली पेटती मशाल आणि तो खांब असं सगळंच जोरात खाली पडलं.

ते पाहून बाणासुर जरा शांत झाला. ती मशाल खाली पडणं हा ईश्वरी संकेत होता. आता युद्ध अटळ होतं. त्या युद्धात जे काही घडेल, तेच त्याच्या नशिबात लिहिलेलं होतं. त्याला आनंद झाला. इतके दिवस याच तर गोष्टीची तो आतुरतेनं वाट पाहत होता. त्याला आपलं श्रेष्ठत्व, आपलं सार्वभौमत्व सिद्ध करायचं होतं.

त्यानं आपल्या कन्येच्या महालावर कडक पहारा बसवला आणि एकीकडे तो युद्धाच्या तयारीला लागला.

उषाला मनातून खूप भीती वाटू लागली. आपल्या वडिलांना आपलं सुख महत्त्वाचं वाटत नसून, अनिरुद्धाशी युद्ध करणं जास्त महत्त्वाचं वाटत आहे, हे तिला कळून चुकलं. आपल्या वडिलांचे सहस्र हात आणि त्यांना मिळालेला तो वर

यामुळे कुणीच त्यांना हरवू शकणार नाही, याची तिला पूर्ण कल्पना होती.

आपल्या मैत्रिणीची ही दारुण मनःस्थिती चित्रलेखाला पाहवेना. तिनं एक बेत आखला. ती मायावी विद्येनं द्वारकेला जाऊन पोहोचली आणि स्वतःच्या कक्षात गाढ झोपलेल्या अनिरुद्धाला उचलून उषेच्या महाली घेऊन आली.

त्याला प्रत्यक्षात पाहून उषेचा आनंद गगनात मावेना. तो तिच्या स्वप्नात जसा होता, अगदी तसाच प्रत्यक्षातसुद्धा दिसत होता.

अनिरुद्धाला झोपेतून जाग येताच, आजूबाजूला त्याचं लक्ष गेल्यावर तो गोंधळून गेला. आपण नक्की कुठे आहोत, हेच त्याला कळेना. मग उषा आणि चित्रलेखा या दोघींनी त्याला उषेच्या स्वप्नांविषयी सांगितलं. त्याचप्रमाणे उषेचे पिता, म्हणजे बाणासुराच्या संतापाविषयी पण सांगितलं. तो एकीकडे अगदी निराश झाला होता; परंतु त्याच वेळी उषेच्या अद्वितीय सौंदर्यामुळे मंत्रमुग्ध होऊन गेला होता. तो म्हणाला, "हे देवी, तुझ्या सौंदर्यानं मी भारून गेलो आहे. पण खरं सांगू, मी हा असा मध्यरात्रीच्या वेळी, एखाद्या तरुण स्त्रीच्या कक्षात स्वतःहून कधीही गेलो नसतो. हे असं करणं माझ्या प्रतिष्ठेला शोभणारं नाही. त्याचप्रमाणे त्या स्त्रीच्या चारित्र्यावर या अशा वर्तनानं कलंक लागू शकतो. त्याऐवजी मी पुरुषार्थ गाजवून, युद्ध जिंकून, उजळ माथ्यानं तुझ्याशी विवाह करणं पसंत करेन."

"पण तू तर कृष्णाचा नातू आहेस. माझे वडील आपल्या विवाहाला कदापि संमती देणार नाहीत." उषा व्याकूळ होऊन म्हणाली. तिच्या हृदयातलं प्रेम तिच्या डोळ्यांतून पाझरत होतं. "तू कोण आहेस हे जर माझ्या वडिलांना समजलं, तर ते तुला तत्काळ बाहेरचा रस्ता दाखवतील." उषा म्हणाली. "त्यापेक्षा आपण आत्ता तत्काळ विवाहबद्ध होऊ आणि नंतर सावकाश आपापल्या कुटुंबीयांची समजूत घालू. प्रिय अनिरुद्धा, कधीकधी एखाद्या गोष्टीसाठी परवानगी मागण्याऐवजी ती गोष्ट करून त्याबद्दल क्षमा मागणं जास्त बरं असतं."

अनिरुद्धाचं अशा प्रकारे मन वळवण्यात अखेर उषेला यश आलं. आता या दोघांचा विवाह झटपट उरकण्यासाठी काय काय तयारी करावी लागेल, या विचारात चित्रलेखा गढून गेली.

काही वेळातच बाणासुर तेथे आला. त्याला उषेचा जरी राग आला असला, तरी त्याचं आपल्या कन्येवर खूप प्रेम होतं. त्यानं तिला बंदिवासात टाकून एकीकडे युद्धाची तयारी सुरू केली असली, तरी तिची ख्यालीखुशाली विचारण्यासाठी तो तिथे आला होता. उषेनं स्वप्नात त्या अनिरुद्धाशी विवाह केला होता; पण शेवटी ते एक स्वप्न होतं; सत्य नव्हे, त्यामुळे तिनं ते विसरून जावं आणि त्या अनिरुद्धाचा विचार मनातून काढून टाकावा, म्हणून तिचं मन वळवण्यासाठी तो तिच्या कक्षात आला होता.

तो असा अचानक तिथे आलेला पाहून उषा, चित्रलेखा आणि अनिरुद्ध स्तंभित झाले. त्या तैलचित्रातील पुरुष आपल्या कन्येच्या कक्षात आहे, तिनं स्वप्नात ज्याच्याशी विवाह केल्याचा दावा केला होता, तो प्रत्यक्षात तिच्या मंचकावर बसलेला आहे, हे पाहून बाणासुर संतापानं बेभान झाला. चित्रलेखेला तिथे पाहून या सर्व अनर्थाला तीच जबाबदार असल्याचं त्याला कळून चुकलं. तो तिला रागानं म्हणाला, "माझ्या कन्येचं हित जपणं हे तुझं काम होतं; पण ते करायचं सोडून तू हे भलतंसलतं काय करून ठेवलंस?"

एवढं बोलून त्यानं रागाच्या भरात आपल्या पहारेकऱ्यांना बोलावून घेतलं आणि त्या तिघांना कैदेत टाकण्याचा हुकूम दिला. त्यानंतर क्षणाचाही विलंब न करता त्यानं अनिरुद्धाविरुद्ध युद्ध पुकारलं. बाणासुरानं आपल्या नातवाला कैदेत टाकलं असल्याची वार्ता काही दिवसांतच कृष्णाच्या कानावर पडली. तो तत्काळ आपला पुत्र प्रद्युम्न आणि यादव सेना यांसह बाणासुराच्या राज्यात येऊन ठाकला.

त्यानंतर त्या दोन्ही सेनांमध्ये घनघोर युद्ध झालं. बाणासुराच्या हजार हातांमधून सुटलेल्या बाणांनी यादव सेनेची अक्षरशः वाताहत केली. अखेर कृष्ण स्वतःच या बाणासुराला सामोर गेला. त्यानं बाणासुराचे सहस्र हात एका क्षणात कापून टाकले. बाणासुर वेदनेनं विव्हळत जमिनीवर कोसळला. त्यानं भगवान शंकर आणि देवी पार्वती यांची करुणा भाकली.

भगवान शंकर त्याच्यासमोर प्रकट झाले. ते म्हणाले, "हे बाणासुरा, युद्ध हे कधीही, कुठेही, केव्हाही जरी घडलं, तरी ते अनावश्यकच असतं. तू हे युद्ध केवळ तुझ्या अहंकारापोटी सुरू केलंस. तुला तुझ्या शक्तीची घमेंड होती, तिचं प्रदर्शन करायचं होतं. तुझ्यामुळे अनेक निरपराध लोकांचे प्राण गेले. तुझ्या कन्येचा विवाह स्वतः पार्वतीनंच निश्चित केलेला आहे. तुला तिच्यासाठी सुयोग्य वर हवा होता. तशी प्रार्थना तूच तर केली होतीस आणि तो सुयोग्य वर अनिरुद्धच आहे. पण सर्वांत महत्त्वाची गोष्ट म्हणजे मी तुला जे वरदान दिलं होतं, जी शक्ती तुला बहाल केली होती, तिचा तू दुरुपयोग केलास. पण तरीही तुला कृष्णाच्या हातानं मृत्यू येत आहे. कृष्ण हा साक्षात भगवान विष्णूंचा अवतार आहे. तेव्हा तू स्वतःला भाग्यवान समजलं पाहिजेस."

एवढं बोलून भगवान शंकर अंतर्धान पावले. बाणासुर बुद्धिमान होता. त्यानं कृष्णाकडे निरखून पाहिलं.

कृष्ण सस्मित मुद्रेनं म्हणाला, "वत्सा, मी कोण आहे, ते तुला समजलं नाही. तुझ्या अंतरी जो अहंकार भरलेला आहे, त्यानंच तुझ्या मनातील भक्तिभावाचा विनाश केला आहे आणि म्हणूनच आज मी असा तुझ्यासमोर उभा आहे. तू डोळे उघड आणि सत्याला सामोरा जा. तुझं कुल फार भाग्यवान आहे. मी तुझ्या पूर्वजांना

याआधी भेटलो आहे. प्रथम मी वराहाचा अवतार घेऊन तुझा पूर्वज हिरण्याक्ष याचं निर्दालन करून जगाला वाचवलं. तुझे खापरपणजोबा म्हणजे माझा निस्सीम भक्त प्रल्हाद. त्याला वाचवण्यासाठी मी नरसिंहाच्या रूपात प्रकट झालो. तिसऱ्या वेळी मी तुझ्या वडिलांना धडा शिकवण्यासाठी वामनाचा अवतार घेतला. तुझे वडील बाली, हे खरं तर माझेच भक्त होते. आता या वेळेस मी कृष्णाचा अवतार घेऊन तुझे हे सहस्र हात कापून टाकले, कारण गेल्या कित्येक वर्षांत या हातांनी कोणतंच चांगलं काम केलेलं नव्हतं. माझ्या एकूण दहा अवतारांपैकी चार अवतारांत मी स्वतः तुझ्या दारी आलो.''

बाणासुरानं आपल्यासमोर उभ्या ठाकलेल्या कृष्णाकडे एक वार पाहिलं आणि मग नतमस्तक होऊन तो भगवंताला शरण गेला. त्याच वेळी त्याचा आत्मा त्याचा पार्थिव देह सोडून निघून गेला.

अनिरुद्ध आणि उषा यांची बंदिवासातून मुक्तता झाली. त्यानंतर ते द्वारकेला परतले. तिथे मोठ्या थाटामाटात त्यांच्या विवाहाचा सोहळा पार पडला.

आजच्या उत्तराखंड राज्यात सुई नावाचं एक ठिकाण आहे. बाणासुर आणि श्रीकृष्ण यांच्यातील घनघोर युद्ध याच ठिकाणी घडून आलं, अशी वदंता आहे. या युद्धात रक्ताचे पाट वाहिले. हे रक्त एकत्र साठून त्यातून एक तलाव निर्माण झाला. त्या तलावाचं नाव लोहवती. त्याचं पाणी अजूनही थोडं लालसर दिसतं.

कृष्णाच्या राण्या

भगवान श्रीकृष्णाच्या आठ प्रमुख राण्या होत्या. विदर्भ राजा भीष्मक याची कन्या रुक्मिणी कृष्णाच्या प्रेमात पडली होती; परंतु तिच्या तीन भावांनी मात्र तिचा विवाह कृष्णाचा आतेभाऊ शिशुपाल याच्याशी निश्चित केला होता. मग रुक्मिणीनं कृष्णाला एक गुप्त खलिता पाठवला. त्यात कृष्णानं आपली सुटका करावी आणि शिशुपालाशी होणारा आपला विवाह थांबवावा, अशी विनंती तिनं केली होती. त्यानुसार रुक्मिणीचा शिशुपालाशी ज्या दिवशी विवाह होणार होता, त्याच दिवशी कृष्णानं तिचं अपहरण करून तिला द्वारकेला नेलं आणि तिथे त्या दोघांचा विवाह संपन्न झाला. रुक्मिणी ही कृष्णाची पहिली पत्नी आणि पट्टराणी होती. रुक्मिणीला विष्णुपत्नी लक्ष्मीचा अवतार मानण्यात येतं.

जांबुवंती (किंवा रोहिणी) ही जांबुवंताची कन्या म्हणजेच कृष्णाची दुसरी पत्नी. श्रीकृष्ण स्यमंतक मण्याच्या शोधात रानावनात भ्रमंती करत असताना एका गुहेत शिरला. तिथे भेटलेल्या जांबुवंतानं हिचा हात कृष्णाच्या हाती सोपवला. या जांबुवंतीचा पुत्र संभा हा पुढे यदुवंशाच्या सर्वनाशास कारणीभूत ठरला.

सत्यभामा ही द्वारकेतील एक धनाढ्य व्यापारी सत्रजित याची कन्या आणि श्रीकृष्णाची तिसरी पत्नी होती. ही सत्यभामाच भगवान श्रीकृष्णाच्या प्रेमात पडली. आपला कृष्णाशीच विवाह व्हावा, अशी तिची इच्छा होती. त्याप्रमाणेच घडलं आणि ती कृष्णाची राणी झाली. ती धनिकाची कन्या असल्याचा तिला फार गर्व होता. त्यामुळेच ती कृष्णाच्या इतर राण्यांना कमी लेखत असे. अशा प्रकारे सत्यभामेला रुक्मिणीविषयी वाटणाऱ्या मत्सराच्यासुद्धा अनेक कथा आहेत. रुक्मिणीचा भक्तिभाव किती श्रेष्ठ आहे, याची सत्यभामेला कल्पना यावी, म्हणून श्रीकृष्णानं तिला धडा शिकवला होता.

कृष्णाची चौथी पत्नी कालिंदी ही यमुना नदीची बहीण होती. तिला कृष्णाशी

विवाह करायचा होता. त्यासाठी तिने कठोर तपश्चर्या केली. एक दिवस कृष्ण आणि अर्जुन रानात शिकारीसाठी गेले असताना त्यांनी कालिंदीला पाहिलं. कृष्ण आणि कालिंदी यांचा विवाह व्हावा, म्हणून अर्जुनानं मध्यस्थी केली.

जयसेनाची कन्या मित्रविंदा ही कृष्णाची पाचवी पत्नी. तिला विंद-अनुविंद असे दोन भाऊ होते. हे जुळे होते. मित्रविंदेचं कृष्णावर गाढ प्रेम होतं आणि तिची कृष्णाशी विवाह करण्याची इच्छा होती; परंतु तिच्या भावांना हे मान्य नसल्यामुळे तिच्या स्वयंवराला त्यांनी कृष्णाला निमंत्रण पाठवलं नाही; परंतु तिनं दूताकरवी या स्वयंवराविषयी कृष्णाला संदेश पाठवला. कृष्णानं तिला स्वयंवराच्या मंडपातून पळवून नेलं. मित्रविंदाचे भाऊ आडवे आले. त्यांच्यात आणि कृष्णामध्ये लढाई झाली; पण कृष्ण त्यांचा पराभव करून तिला तेथून घेऊन गेला. पुढे त्यांचा विवाह संपन्न झाला. कृष्णाला मित्रविंदा गोविंदा असं नाव पडलं. पुढे महाभारताच्या युद्धाच्या वेळी विंद-अनुविंद हे दोघे कौरवांच्या सेनेस जाऊन मिळाले.

कोसला देशाचा राजा नग्नजित याला एक अत्यंत सुंदर मुलगी होती. तिचं नाव सत्या. तिला नग्नजिती म्हणूनही ओळखत असत. या राजाकडे तीक्ष्ण शिंगांचे, महाशक्तिशाली असे सात बैल होते. जो वीरपुरुष या बैलांवर विजय मिळवून दाखवेल, तोच आपल्या मुलीचा पती होण्यास पात्र ठरेल, असं राजा नग्नजितानं ठरवलं होतं. कृष्ण त्या बैलांचा समाचार घेण्यासाठी जेव्हा मैदानात उतरला, तेव्हा राजा नग्नजिताला आनंद झाला. श्रीकृष्णानं आपली अट पूर्ण करून, आपल्या बैलांना नामोहरम करून आपल्या मुलीचा पती व्हावं, अशी त्याची मनापासून इच्छा होती. कृष्ण तर गोकुळातच लहानाचा मोठा झाला होता. त्यामुळे त्या बैलांवर नियंत्रण मिळवणं त्याला कठीण नव्हतं. त्यानं नग्नजिताची अट पूर्ण करून सत्याशी विवाह केला. त्याआधी नग्नजिताच्या बैलांना हरवून त्याच्या कन्येशी विवाह करण्याच्या मनीषेनं तिथे जमलेल्या राजांनी श्रीकृष्णाला आव्हान दिलं; परंतु श्रीकृष्णानं त्या सर्वांनाच नामोहरम केलं.

कैकेय देशाची राजकन्या नीला हिचं जेव्हा स्वयंवर होतं, तेव्हा तिनेसुद्धा श्रीकृष्णाच्याच गळ्यात वरमाला घातली.

सृगाल वासुदेवाची पुतणी शैब्या ही कृष्णाच्या प्रेमात पडली. तिने तिचे काका आणि कृष्ण यांच्यातील युद्धात कृष्णाला साथ दिली आणि नंतर कृष्णाशी विवाह केला.

साडेतीन रत्नं

बलराम हा गदायुद्धात अत्यंत प्रवीण होता. त्यानं आपली विद्या भीम आणि दुर्योधन या दोघांनाही शिकवली होती. आपल्याजवळचं गदायुद्धाचं सर्व ज्ञान त्या दोघांना देऊन त्यानं त्यांना या विद्येत पारंगत केलं होतं. दोघंही उत्तम विद्यार्थी होते.

एक दिवस बलरामाची पत्नी रेवती त्याला म्हणाली, ''मला तुमचं गदायुद्धातील प्रावीण्य प्रत्यक्ष पाहायचं आहे.''

बलराम म्हणाला, ''रेवती, ते तर मलाही आवडेल; परंतु त्यासाठी मला कुणीतरी तुल्यबळ योद्धा तर मिळायला हवा ना? कारण माझ्यासमोर जो कुणी उभा ठाकतो, त्याच्यावर मी मात करतो. मग माझं कौशल्य तुला कसं काय समजणार? त्यामुळे आपण काही दिवस वाट बघू. एकदा मला असा तुल्यबळ प्रतिस्पर्धी सापडला, की मग माझं खरं प्रावीण्य तुला पाहायला मिळेल.''

एक दिवस रुक्मिणी आणि सत्यभामा श्रीकृष्णाला म्हणाल्या, ''आम्हाला खरं म्हणजे एखादी वैशिष्ट्यपूर्ण गोष्ट घडलेली पाहायची आहे. नारदमुनी आपल्याकडे भेटीला आल्यावर ज्या काही कथा सांगत असतात, त्या ऐकून आम्हाला अगदी कंटाळा आलाय.''

काही काळ गेला आणि पांडव बलिष्ठ होऊन इंद्रप्रस्थ नगरावर राज्य करू लागले. पांडवांमधील भीम हा गदायुद्धात निपुण होता. आपल्याला गदायुद्धात कुणीच हरवू शकणार नाही, असा त्याला विश्वास होता.

इकडे हस्तिनापुरात दुर्योधनसुद्धा आपल्या गदाविद्येचा नियमितपणे सराव करत होता. आपण गदायुद्धात भीमाला अगदी सहज हरवू शकतो, असं त्यालाही मनोमन वाटत होतं. खरं तर त्याच्या मनात पांडवांशी युद्ध करून त्यांचं राज्य बळकावण्याचे विचार सततच घोळत असत.

दुर्योधनाचा काका विदुर हा आपल्या पुतण्याला नेहमी सांगत असे, ''हे बघ

बाळा, युद्धाच्या मार्गानं जाण्याचा कधी विचारसुद्धा करू नकोस. तू त्यापेक्षा कृष्णाच्या भेटीला जा, त्याच्या पाया पड. त्याचे आशीर्वाद घे. तुम्ही कौरव आणि तुमचे चुलतभाऊ पांडव या सर्वांनी गुण्यागोविंदानं, सुखासमाधानानं, एकोप्यानं राहावं, यासाठी तू भगवान श्रीकृष्णाची करुणा भाक. भीमाला भविष्यात कधीतरी गदायुद्धात चीतपट करण्याची स्वप्नं मुळीच बघू नकोस.''

पण दुर्योधनाला ते मुळीच पटलं नाही. तो मान हलवत म्हणाला, ''मी कृष्णाच्या पायाही पडणार नाही आणि त्याचे आशीर्वादही मागायला जाणार नाही. मी एक राजा आहे. एका गुराख्याचे पाय धरणं माझ्या प्रतिष्ठेला शोभणारं नाही. युद्ध जर घडायचंच असेल, तर ते घडेलच. काका, कधीही युद्ध झालं, तरी त्यासाठी आम्ही सज्जच असू. विजय आमचाच होईल.''

त्या वेळी नारदमुनी तेथून जात होते. हे संभाषण ऐकून ते गूढ हसले.

राजा वर्धन हा तरुण आणि देखणा असून तो नारदमुनींचा भक्त होता; परंतु एका युद्धात त्याला आपली दृष्टी आणि आपलं राज्य असं दोन्हीही गमवावं लागलं. तो अक्षरशः रावाचा रंक होऊन अरण्यात राहू लागला.

तिथे त्यानं नारदमुनींची तपश्चर्या सुरू केली आणि त्यांच्याकडे मदतीची याचना केली.

नारदमुनी त्याच्यापाशी येऊन म्हणाले, ''वत्सा, चिंता करू नकोस. तुझ्या या खडतर तपश्चर्येच्या अंती मला एक आशेचा किरण दिसतो आहे. तुझे चांगले दिवस नक्की परत येतील.''

राजा वर्धनानं नारदांच्या शब्दावर विश्वास ठेवून आपली तपश्चर्या सुरूच ठेवली.

त्याच राज्यात सत्यवती नावाची एक सुंदर तरुणी राहत होती. ती कृष्णदेवाची उपासना करत असे, तसेच ती भगवान विष्णूंची भक्त होती.

एक दिवस नारदमुनी सत्यवतीच्या घरी आले. सत्यवतीनं तिच्या कुवतीप्रमाणे त्यांचा आदरसत्कार केला. पण तिच्या भक्तीमध्ये कुठे काही कमतरता नव्हती. ते पाहून नारदमुनी प्रसन्न होऊन म्हणाले, ''ईश्वरानं तुझ्यासाठी एक पती निश्चित केलेला आहे. तू उद्या सकाळी झोपेतून उठल्यानंतर जेव्हा पहिल्या प्रथम आपल्या घराचं दार उघडशील, तेव्हा तुला जो पुरुष दिसेल, तोच तुझा होणारा पती असेल. त्याच्या सोबत तू अत्यंत सुखानं संसार करशील.''

त्यावर सत्यवती आश्चर्यानं थक्क होऊन नुसती काही न बोलता उभी राहिली. अर्थात ही ईश्वरेच्छा असल्यामुळे आपल्याला त्या इच्छेचा मान राखावाच लागेल, हे तिला माहीत होतं.

त्या रात्री उशिरा प्रचंड मोठं वादळ झालं. रानावनात भटकणारा दृष्टिहीन वर्धन राजा आश्रयाच्या शोधात तिच्या झोपडीपाशी आला. तो गुपचुप तिच्या घराच्या

ओसरीत झोपून गेला. दुसऱ्या दिवशीची पहाट झाली. वादळ शमलं. लख्ख उजाडलं. सगळीकडे सूर्यप्रकाश पसरला. सत्यवतीला जाग आली. ती झोपडीचं दार उघडून बाहेर आली. आपला भावी पती आपल्याला भेटणार या कल्पनेनं ती हरखून गेली होती.

पण दार उघडून ओसरीत पाऊल टाकताक्षणी तिला तिथे झोपलेला एक अंध पुरुष दिसला. त्याच्या फाटक्यातुटक्या वस्त्रांवरून तर तो भिकारीच वाटत होता, पण तरीही तिनं त्याला उठवून हाताला धरून आपल्या कुटीत आणलं.

तिनं आदल्या दिवशी नारदमुनींबरोबर झालेलं संभाषण त्याच्या कानावर घातलं. ती म्हणाली, "मी तुमच्याशी विवाह करणार आहे. तशी परमेश्वराचीच इच्छा आहे. आपल्या बाबतीत काहीतरी फार मोठी ईश्वरी योजना असणार आहे, असा माझा विश्वास आहे."

परंतु दुर्दैवानं सत्यवतीच्या वडिलांना ही गोष्ट अजिबात पटली नाही. आपल्या या बुद्धिमान, सुंदर मुलीचा विवाह या अंध भिकाऱ्याशी करून देण्यास ते मुळीच राजी नव्हते.

"सत्यवती," राजा वर्धन म्हणाला. "तू जर माझ्याशी विवाह केला नाहीस, तर मग माझ्या नशिबाची कवाडं कधीच उघडणार नाहीत. मी आधीच माझं राज्य आणि माझी दृष्टी गमावून बसलो आहे. पण लवकरच माझे चांगले दिवस परत येणार असल्याचं स्वतः नारदमुनींनीच मला सांगितलं आहे आणि आत्ता इथे जे काही घडलं, ती माझ्या आयुष्यात होऊ घातलेल्या बदलाचीच नांदी आहे, असं मला मनोमन वाटत आहे. पण कदाचित तुझ्याशी विवाह होणं माझ्या नशिबातच नसेल. तुझ्या वडिलांनी जे मत व्यक्त केलं, त्याबद्दल मी त्यांना दोष तरी कसा देऊ?"

परंतु सत्यवती आपल्या निर्णयावर ठाम होती. अखेर त्या दोघांचा विवाह अगदी साधेपणानं पार पडला. विवाहानंतर दोघे एका लहानशा कुटीत राहू लागले. दोघांच्या पोटापाण्याचा प्रश्न सोडविण्यासाठी सत्यवती काबाडकष्ट करू लागली. पण तरीही त्यांची परिस्थिती सुधारण्याचं काही चिन्ह नव्हतं.

एक दिवस सत्यवती एका उद्यानात साफसफाईचं काम करत असताना झाडावरून काहीतरी तिच्या डोक्यात पडलं. तिने पाहिलं तर काय, तो एक अत्यंत किमती असा रत्नहार होता. तेवढ्यात तिला दोन पक्षी उडून जाताना दिसले. त्या पक्ष्यांपैकी एकाच्या चोचीतून तो हार खाली पडला असावा, हे तिनं ओळखलं. 'हा हार कुणाच्या मालकीचा असेल बरं?' ती विचारात पडली.

त्याच दिवशी दुपारच्या वेळी राज्यात दवंडी पिटण्यात येत असलेली तिनं ऐकली. "कमला राणीसाहेबांचा मौल्यवान रत्नहार हरवला आहे. जो कुणी तो

आणून देईल त्याला योग्य बक्षीस देण्यात येईल.''

आपल्याला सापडलेला तो रत्नहार राणीचा आहे, हे सत्यवतीच्या लक्षात आलं. राजवाड्यात जाऊन तिनं राणीची भेट घेऊन तिला घडलेला सगळा प्रकार सांगितला. तो हार आपल्याला कुठे आणि कसा मिळाला, ते सांगितलं.

त्यावर ती राणी फार खूश झाली. ती म्हणाली, ''मी माझे दागदागिने माझ्या दासीच्या स्वाधीन करून जलक्रीडेसाठी तलावात उतरले होते. माझी दासी जरा वेळानं जेवायला बसली तेव्हा हे पक्षी तिथे आले असावेत. हा रत्नहार म्हणजे काहीतरी खाण्याचा पदार्थ असल्याचं समजून त्यांनी तो उचलला असेल. पण तू इतका किमती हार प्रामाणिकपणे मला आणून दिला, त्याबद्दल मी कृतज्ञ आहे. बोल, तुला काय हवं? न संकोच करता सांग.''

सत्यवती म्हणाली, ''महाराणी, माझी एक छोटीशी इच्छा आहे.''

''तू तुझी इच्छा तर सांग. मी ती नक्कीच पूर्ण करीन.'' राणी म्हणाली.

त्यावर सत्यवती म्हणाली, ''पण माझी इच्छा ऐकून तुम्ही माझ्यावर रागावणार तर नाही ना, राणीसाहेब? मला तसं वचन द्या.''

''ठीक आहे, मी तुला वचन दिलं.''

''माझी केवळ एकच इच्छा आहे. श्रावण महिन्यातील दुसऱ्या शुक्रवारी या संपूर्ण नगरीत संध्याकाळ झाल्यावर कुणीही दिवा लावायचा नाही. अगदी तुम्हीसुद्धा नाही.''

तिची ती विनंती ऐकून राणी बुचकळ्यात पडली. खरंच ही इच्छा फारच विचित्र होती. पण राणीनं सत्यवतीला वचन दिलं होतं. ते पाळायला ती बांधील होती. ती म्हणाली, ''ही तर तू साधीशीच इच्छा व्यक्त केली आहेस. तुझ्या मनासारखंच होईल.''

सत्यवती समाधानानं हसत घरी परतली. श्रावणातील दुसऱ्या शुक्रवारी संपूर्ण नगरी अंधारात बुडून गेलेली होती. सत्यवतीनं घर झाडून-पुसून स्वच्छ केलं, घरात सर्वत्र दिवे लावले. घराबाहेर ओसरीत थोडं अन्नपाणी ठेवून घराचं दार आतून बंद केलं.

काही तासांनंतर बाहेरून कुणीतरी दरवाजा ठोठावून मंजूळ आवाजात म्हणालं, ''जरा दार उघडून मला घरात घेता का? मी तुमच्या भेटीला आले आहे.''

''मी दार उघडून तुम्हाला घरात घेईन; पण माझी एक अट आहे.'' सत्यवती म्हणाली. ''तुम्ही एकदा माझ्या घरी आलात, की कायमचं इथेच राहायचं. हे घर सोडून जायचं नाही.''

''बाहेर सर्वत्र अंधाराचं साम्राज्य पसरलेलं आहे आणि तू ही अशी अट घालून माझ्यापुढे दुसरा काही पर्यायच ठेवलेला नाहीस. तेव्हा मी एकदा तुझ्या घरी आले,

की हे घर सोडून कुठेही जाणार नाही, असं तुला वचन देते.''

सत्यवतीच्या चेहऱ्यावर निर्मळ आनंदानं हसू उमटलं. तिनं दार उघडून त्या स्त्रीचं मनापासून स्वागत केलं. ती स्त्री आत आली. तिनं सर्वत्र नजर फिरवली. झोपडी आरशासारखी लख्ख होती. ती स्त्री खाली बसल्यावर सत्यवतीनं घराचं दार आतून लावून घेतलं.

जरा वेळात पुन्हा कुणीतरी घराचा दरवाजा ठोठावला. परत एकदा मगाचच्याच संभाषणाची पुनरावृत्ती होऊन दुसरी स्त्रीपण घरात येऊन बसली. असाच प्रसंग त्यानंतर आणखी सहा वेळा घडला. आता घरात आठ स्त्रिया जमल्या होत्या.

''तू एक बुद्धिमान आणि चतुर स्त्री आहेस.'' जमलेल्या स्त्रियांपैकी एक म्हणाली. ''श्रावणातल्या दुसऱ्या शुक्रवारी तू आपलं घर दिव्यांनी उजळून, साफसूफ करून ठेवलं आहेस. त्यामुळे लक्ष्मी देवी इथे नक्कीच भेटीला येणार, हे उघडच आहे. हेच तुझं घर जर अस्ताव्यस्त पसरलेलं, अस्वच्छ, अंधारं असतं, तर लक्ष्मी परत गेली असती. आम्ही सर्व जणी अष्टलक्ष्मी आहोत. आदि लक्ष्मी, धन लक्ष्मी, संतान लक्ष्मी, वीर लक्ष्मी, विद्या लक्ष्मी, गज लक्ष्मी, धान्य लक्ष्मी आणि विजयालक्ष्मी. आम्हालाच अष्टलक्ष्मी म्हणतात. आता आम्ही कायमच्या इथेच राहू.''

काही दिवसांतच संपूर्ण चित्र पालटलं. त्या दांपत्याचं नशीब उघडलं. वर्धनाची गेलेली दृष्टी परत आली. तो बलाढ्य आणि शूर योद्धा असल्यामुळे त्यानं त्याची नवी सेना निर्माण करून आपलं गेलेलं राज्य परत मिळवलं.

या यशानंतर राजा वर्धनाचा आनंद गगनात मावेना; परंतु हे सर्व काही आपल्या पत्नीच्या बुद्धिचातुर्यामुळे घडलेलं आहे, याची त्याला जाणीव होती. त्यामुळे त्या दोघांमधलं प्रेम अधिकच वृद्धिंगत झालं. राजाला आता एक क्षणसुद्धा आपल्या पत्नीचा वियोग सहन होईना. आपल्या पतीनं राज्यकारभाराकडे, कर्तव्यांकडे दुर्लक्ष करू नये, असं सत्यवतीनं त्याला खूप वेळा सांगून पाहिलं; पण त्याचा काहीच उपयोग झाला नाही. मग पुन्हा एकदा तिनं नारदमुनींची आराधना करून त्यांना मदतीचं आवाहन केलं.

एक दिवस नारदमुनी स्वतःच त्या दोघांच्या भेटीसाठी आले. आता या बाबतीत आपणच काहीतरी केलं पाहिजे, हे त्यांच्या लक्षात आलं.

ते वर्धनाला म्हणाले, ''आज रात्रीचं जेवण घेऊन राणीनं माझ्या कक्षात यावं. तिने मला जेवण दिल्यानंतर माझ्या कक्षाबाहेर पहाट होईपर्यंत थांबावं.''

इतके तास आपल्या पत्नीचा विरह सहन करावा लागणार, ही कल्पना राजाला असह्य झाली तो म्हणाला, ''मुनिवर, तिच्याऐवजी मी दुसऱ्या कुणाला तरी पाठवलं तर चालेल का?''

त्यावर नारदमुनी म्हणाले, ''तुझी पत्नी सत्यवती विलक्षण आहे. बुद्धिमान

आहे. सौंदर्यवती आहे आणि मला तर ती माझ्या मुलीसारखीच आहे. एक दिवस कन्येला आपल्या पित्याची सेवा करू दे.''

राणी सत्यवती हर्षभरित झाली. नारदमुनींच्या म्हणण्याला मान तुकवण्यावाचून राजासमोर दुसरा काही पर्यायच राहिला नाही.

त्या रात्री सत्यवतीनं नारदमुनींना भोजन नेऊन दिल्यानंतर ती त्यांच्या कक्षाबाहेर त्यांच्या आज्ञेची वाट पाहत उभी राहिली.

परंतु नारदमुनींनी ते भोजन ग्रहण केलंच नाही. ते डोळे मिटून ध्यानमग्न बसून राहिले. सत्यवती रात्रभर त्यांच्या कक्षाच्या बंद दारासमोर निष्ठत उभी होती. पहाट झाली. सूर्योदय झाल्यावर आपलं काम झालं असं समजून ती आपल्या महाली परत गेली.

नंतर नारदमुनींनी राजा-राणीची भेट घेतली. ते राजाला म्हणाले, ''तुझ्या पत्नीने माझी अवज्ञा केली आहे.''

''पण मुनिवर, तुम्ही मला पहाट होईपर्यंत तिथे थांबण्याची आज्ञा केली होती. त्याप्रमाणे मी तिथे थांबले आणि सूर्योदय झाल्यावर इकडे निघून आले.'' सत्यवती हळुवारपणे म्हणाली.

''पण तू तर जाण्यापूर्वी माझी परवानगीसुद्धा घेतली नाहीस.'' नारदमुनी म्हणाले. ''तू एका ऋषीचा अपमान केला आहेस. त्याबद्दल मी तुला शाप देत आहे. तुझं रूपांतर एका घोड्यात होईल.''

त्याच क्षणी सत्यवतीचं एका जातिवंत उमद्या घोड्यामध्ये रूपांतर झालं.

वर्धन थरथर कापू लागला. या विपरीत घटनेमुळे त्याच्या तोंडून शब्दच फुटेना. आपल्या पत्नीचं हे रूप पाहून तो ओक्साबोक्शी रडू लागला.

आता नारदांचा राग शांत झाला. ते त्याला समजावत म्हणाले, ''हे सर्व घडण्यामागे काहीतरी उद्दिष्ट आहे. हे राजा, तुला या सगळ्या गोष्टी काही काळानं समजतील. तू आता तुझ्या राज्यकारभाराकडे आणि प्रजेच्या हिताकडे लक्ष दे.''

''पण मुनिवर, ती परत पूर्ववत होईल ना?''

''हो, होईल. जेव्हा साडेतीन रत्नांचा तिच्या शरीराला स्पर्श होईल तेव्हा ती पूर्ववत होईल.''

''ही तर माझ्यासाठी खूपच चांगली बातमी आहे. मी माझ्या खजिन्यातून हवी तेवढी रत्नं मागवून घेतो; पण माझी पत्नी मला परत हवी.'' राजा अधीरतेनं म्हणाला.

''पण ही साडेतीन रत्नं साधीसुधी, सामान्य रत्नं नाहीत. ही फार वैशिष्ट्यपूर्ण रत्नं आहेत आणि योग्य वेळ येताच ती रत्नं तुला प्राप्त होतील.'' एवढंच बोलून नारदमुनी तिथून निघून गेले.

राजाच्या आयुष्यातला तो सगळ्यात वाईट दिवस होता. तो दुःखानं व्याकूळ झाला होता. ते दुःख खरोखर सहन करण्यापलीकडचं होतं. त्या रात्री तो जड अंतःकरणानं आणि डोळ्यांतील अश्रूंना बांध घालण्याचा प्रयत्न करत झोपी गेला.

दुसऱ्या दिवशी सकाळी जेव्हा त्याला जाग आली, तेव्हा तो घोडा निघून गेलेला होता. तो कुठे गेला असावा, ते कळण्याचा काहीही मार्ग नव्हता. राजा आपल्या सेनेसह तत्काळ त्या घोड्याच्या शोधात निघाला.

इकडे शेजारच्या राज्यात बलराम आपल्या उद्यानामध्ये फेरफटका मारत असताना दूरवरच्या कुरणात एक अतिशय उमदा घोडा चरताना दिसला. आपण त्या घोड्यावर स्वार होऊन रपेटीला जावं, अशी तीव्र इच्छा त्याला झाली. त्यानं लगेच आपल्या सेवकाकडून घोडेस्वारीसाठी आवश्यक खोगीर आणि इतर गोष्टी मागवून घेतल्या. तो रपेटीसाठी सज्ज होऊन बाहेर आला, तर त्या घोड्याचा कुठेच पत्ता नव्हता. मग आपण स्वतःच त्या घोड्याच्या शोधात निघावं असा विचार करून तो जाण्याची तयारी करू लागला. ते पाहून त्याची पत्नी रेवती आश्चर्यचकित होऊन म्हणाली, ''हे काय? आत्ता कुठे निघालात तुम्ही?''

त्यावर बलराम म्हणाला, ''मी आत्ता इथे सर्व जगात एकमेवाद्वितीय असेल असा सुलक्षणी घोडा पाहिला. चल, तू पण ये माझ्यासोबत. आपण त्याचा शोध घेऊ आणि त्यावर स्वार होऊ.''

रेवती तयार होऊन त्याच्याबरोबर निघाली. घोड्याचा शोध घेता घेता ते दोघे भीमाच्या निवासस्थानी आले. घोडा तिथेच होता. भीम बाहेरच एका माणसाशी बोलत उभा होता.

तो माणूस अगदी काकुळतीला येऊन भीमाला सांगत होता, ''हे पाहा, हा घोडा माझ्या दृष्टीनं अत्यंत महत्त्वाचा आहे. कृपा करून मला तो घोडा परत द्या.''

भीम म्हणाला, ''हा घोडा तुमचाच आहे. तुम्ही काही काळजी करू नका.''

जसे रेवती आणि बलराम त्या घोड्याजवळ गेले, तशी रेवती त्याच्याकडे निरखून पाहत म्हणाली, ''तुम्ही म्हणाला होता, ते खरंच आहे. हा घोडा खरंच फार सुलक्षणी आहे. याला आपण आपल्या शाही लवाजम्यात ठेवून घेऊ या.''

बलरामालाही ते पटलं.

ती भीमापाशी येऊन पोहोचताच बलराम भीमाला म्हणाला, ''भीमा, हा घोडा मला आपल्या अश्वशाळेत हवा आहे.''

त्यावर भीम म्हणाला, ''अरे, पण तो घोडा या माणसाचा आहे.''

बलराम त्या माणसाकडे पाहत म्हणाला, ''त्याची काही काळजी नको. मी तुम्हाला यापेक्षाही किमती, देखणा आणि उत्कृष्ट प्रतीचा घोडा देईन.''

त्यावर तो माणूस दीनवाण्या चेहऱ्याने भीमाकडे पाहत राहिला.

मग भीम बलरामाला म्हणाला, "महाराज, हा घोडा या माणसाला परत करण्याचं मी त्याला वचन दिलं आहे. पण आपल्या राजसूय यज्ञाच्या तयारीसाठी आपल्या अश्वशाळेत अनेकोत्तम प्रकारचे उत्कृष्ट घोडे आहेत. त्यांतला तुम्हाला जो हवा तो घोडा मी तुमच्यासाठी आणून हजर करेन."

भीमाचं ते बोलणं बलरामाला उपमर्दकारक वाटलं. तो संतापून म्हणाला, "त्या राजसूय यज्ञाच्या वेळी माझा भाऊ कृष्ण जर तुमच्या पाठीशी उभा राहिला नसता, तर तो यज्ञ निर्विघ्नपणे पारसुद्धा पडू शकला नसता. त्याबद्दल माझ्या भावाविषयी थोडीतरी कृतज्ञता बाळग. मला हाच घोडा हवा आहे आणि मी त्यावर रपेट केल्यावाचून गप्प बसणार नाही. मी हा इथून घेऊन जात आहे."

पण गप्प बसेल तर तो भीम कसला? तो म्हणाला, "महाराज, तुम्ही माझे गुरू आहात. माझ्या मनात तुमच्याविषयी आत्यंतिक आदर आहे. त्यामुळेच तर मी तुम्हाला हा पर्याय सुचवला. श्रीकृष्णाचं थोरपण, त्याचा धोरणीपणा, त्याची मुत्सद्देगिरी मला मान्यच आहे, पण त्याचबरोबर आज आम्ही या पदाला पोहोचलो त्यामागे माझ्या बंधूंची, माझ्या कुटुंबीयांची मेहनत, त्यांचा त्यागसुद्धा आहेच. तुमच्या शत्रूचा– जरासंधाचा निःपात मीच केला होता; श्रीकृष्णानं नव्हे. मी या तरुण माणसाला शब्द दिला आहे. त्यामुळे तुम्हाला तरीही जबरदस्तीनं हा घोडा इथून घेऊन जाण्याची इच्छा असेल, तर त्याआधी तुम्हाला माझ्याशी गदायुद्ध करावं लागेल."

मग दोघा वीरांनी ते आव्हान स्वीकारलं. ते एकमेकांविरुद्ध गदा घेऊन मैदानात उतरले. हे युद्ध आगळंवेगळं होतं. एक गुरू आणि शिष्य यांच्यातलं होतं. शिवाय ती दोघं आतेमामे भावंडंसुद्धा होती.

रेवती बाजूला उभी राहून धडधडत्या हृदयानं ते द्वंद्व पाहत होती. कधीतरी बलरामाचं पारडं जड ठरे, तर कधी भीमच जिंकणार, अशी चिन्हं दिसत. ते द्वंद्व कित्येक तास चालूच होतं. भीम आणि बलराम हे दोघंही थकून गेले होते.

अचानक त्यांचं लक्ष गेलं, तर तो घोडा कुठेच दिसत नव्हता.

सर्वांनी त्या घोड्याचा शोध घेण्यास सुरवात केली. शोध घेता घेता असं समजलं, की तो घोडा कृष्णाच्या अंगणात होता. रुक्मिणी आणि सत्यभामा या दोघीही त्याला पाहून जणू हरखून गेल्या होत्या. 'या घोड्याला आम्ही ठेवून घेऊ का?' असं त्यांनी आपल्या पतीला– म्हणजेच कृष्णाला विचारलं.

"आधी आपल्याला हे पाहायला हवं, की हा घोडा दुसऱ्या कुणाच्या मालकीचा तर नाही ना? हा आपला नाही, तेव्हा आपण याला ठेवून घेणं योग्य नाही." कृष्ण म्हणाला. त्याने प्रेमभरे त्या घोड्याकडे पाहिलं. त्या घोड्याच्या डोळ्यांत अश्रू होते.

तो घोडा एकदा खिंकाळला आणि तिथून निघून गेला.

"निदान तो घोडा इथून कुठे जातोय, ते तरी आपण पाहू." रुक्मिणी म्हणाली. मग कृष्ण, रुक्मिणी आणि सत्यभामा असे तिघंही घोड्यापाठोपाठ निघाले. तो घोडा थेट दुर्योधनाच्या निवासस्थानी जाऊन पोहोचला.

दुर्योधनालाही अर्थातच तो घोडा स्वतःकडे ठेवून घेण्याची तीव्र इच्छा झाली. "हा असा सुलक्षणी घोडा तर हस्तिनापूरच्या राजाच्या अश्वशाळेत असलाच पाहिजे." तो मोठ्यांदा म्हणाला.

पण क्षणार्धात घोडा माघारी वळून दिशा बदलून दौडत तिथून गेला. सर्व जण त्याच्या शोधात निघाले.

"ज्या कुणाची त्या घोड्यावर नजर पडेल, त्या प्रत्येकालाच तो घोडा ताब्यात घेऊन स्वतःच्या अश्वशाळेत ठेवून घेण्याची इच्छा होत आहे; परंतु दुर्योधना, जी गोष्ट आपली नाही, तिचा असा हव्यास धरणं योग्य नव्हे. त्यातून फार मोठा संघर्ष उद्भवू शकतो." कृष्ण दूरवर बघत विमनस्कपणे म्हणाला. जणू काही भविष्यात काय घडणार आहे, हे त्याला त्या क्षणी दिसत होतं.

तो घोडा पुन्हा एकदा बलराम आणि भीम यांच्यातील द्वंद्वाच्या जागी परत येऊन उभा राहिला. दुर्योधन आपल्या दिशेनं येत असलेला पाहून बलरामाला आनंद झाला. "माझा दुसरा शिष्य इथे येऊन पोहोचला आहे. आता माझ्या वतीनं तो भीमाशी लढेल. अखेर हे द्वंद्व तो जिंकेल आणि मला हा घोडा तोच मिळवून देईल." तो मनात म्हणाला.

"ये दुर्योधना ये, आता तू माझ्या वतीनं या भीमाशी युद्ध कर आणि तो घोडा मला मिळवून दे." तो दुर्योधनाला मोठ्यांदा हाक मारत म्हणाला.

पण दुर्योधनानं त्याच्या बोलण्याकडे पूर्ण दुर्लक्ष करून त्या घोड्याजवळ पळत जाऊन त्याचा एक पाय घट्ट पकडून ठेवला. त्या घोड्याला आता कुठेही हलणं शक्य झालं नसतं.

आपल्या या दुसऱ्या शिष्याचा आगाऊपणा पाहून बलराम संतप्त झाला. त्यानं आपली गदा फेकून देऊन त्या घोड्याचा दुसरा पाय पकडला. ते दृश्य पाहून भीमही पुढे सरसावला. त्या दोघांपैकी कुणीही त्या घोड्याला घेऊन जाऊ नये म्हणून त्यानं घोड्याचा तिसरा पाय घट्ट पकडला.

बिचारा घोडा घाबरून जागच्या जागी खिळल्यासारखा उभा राहिला.

कृष्णानं त्या घोड्याच्या जवळ येऊन त्याला प्रेमानं थोपटलं. त्याबरोबर काहीतरी चमत्कार घडावा तद्वत त्या घोड्यानं आपलं मूळ रूप धारण केलं आणि सौंदर्यवती राणी सत्यवती त्या जागी अवतीर्ण झाली. बलराम, दुर्योधन आणि भीम एका सुंदर तरुणीचे हात-पाय पकडून उभे राहिलेले पाहून रुक्मिणी आणि सत्यभामा यांना हसू आवरेना.

नारदमुनीसुद्धा तिथे आले. "काय नाट्यपूर्ण घडामोडी या!" श्रीकृष्ण नारदांकडे पाहून हसून म्हणाला.

"हे सर्व तुमच्याच मदतीमुळे शक्य झालं, भगवंता!" नारद हात जोडून म्हणाले.

मग जमलेल्या सर्वांना काही गोष्टी स्पष्ट करत कृष्ण म्हणाला, "या रेवतीची आपल्या पतीला द्वंद्वयुद्ध करताना पाहण्याची इच्छा होती. आणि बलरामाला वाटत होतं, की द्वंद्वयुद्धात आपला प्रतिस्पर्धी तुल्यबळ असेल, तरच त्या युद्धाला काही अर्थ आहे, पण त्यांच्यात हे द्वंद्व घडून येण्यासाठी काहीतरी कारण तर हवं. नाहीतर भीम आणि बलराम हे गुरु-शिष्य एकमेकांशी उगाच द्वंद्व करायला कसे तयार झाले असते? मग त्यांच्यात हे द्वंद्व घडवून आणण्यासाठी योग्य परिस्थिती निर्माण करणंसुद्धा तेवढंच गरजेचं होतं. आता आपोआपच रेवतीची ही इच्छा पूर्ण झालेली आहे. दुर्योधनानं आपल्या काकांना असं स्पष्ट शब्दांत सांगितलं होतं, की तो एक राजा असून, एका गुराख्याचे पाय कधीच पकडणार नाही. पण आज इथे या परिस्थितीत मात्र त्यानं त्यापेक्षाही खालच्या दर्जाची गोष्ट केली. त्यानं एका श्वापदाचे पाय पकडले. राजसूय यज्ञाच्या यशानंतर भीमाच्या मनातही थोडा अहंकार उत्पन्न झालेला होता. जरासंधाचा वध आपण केला, त्या गोष्टीची त्याला घमेंड वाटत होती. त्याच्या या अहंकारापोटीच तो आपल्या गुरूंशी द्वंद्वयुद्ध करायला तयार झाला. आपल्या आयुष्यात नियती किती मोठी भूमिका बजावते, हे तो विसरला."

तो आपल्या दोन्ही पत्नींकडे वळून म्हणाला, "तुम्हा दोघींना काहीतरी नाट्यपूर्ण घटना बघायची होती. शिवाय तिचा शेवट गोड व्हावा, अशीही तुमची इच्छा होतीच. मी त्यासाठीच हे नाट्य तुमच्यासमोर घडवून आणलं. ऐहिक गोष्टींच्या हव्यासापायी चुलत भावंडं, आते-मामे भावंडं, गुरु-शिष्य, कुटुंबीय, स्नेहीसोबती यांच्यापैकी कोणामध्येही युद्ध घडू शकतं. पण त्याचबरोबर राजा वर्धन मात्र सर्व काही सोडून केवळ आपल्या पत्नीसाठी एवढ्या दूरवर आला. त्यालाही एक धडा शिकण्याची गरज होती. कोणत्याही राजाचं परमकर्तव्य म्हणजे आपल्या प्रजेची काळजी घेणं. त्यामध्ये कोणत्याही प्रकारची हयगय होता कामा नये."

कृष्णाचं ते बोलणं ऐकत असताना सर्वांच्या माना शरमेने खाली झुकल्या होत्या. त्यावर रुक्मिणी म्हणाली, "पण कृष्णदेवा, नारदमुनींनी तर राजा वर्धनाला असं सांगितलं होतं ना, की जेव्हा त्या घोड्याच्या शरीराला साडेतीन रत्नांचा स्पर्श होईल, तेव्हाच त्याचं रूपांतर त्याच्या पत्नीमध्ये होईल? मग ती रत्नं कुठली, ते काही माझ्या लक्षात आलेलं नाही."

कृष्ण मंदस्मित करून म्हणाला, "प्रिय रुक्मिणी, याचं उत्तर तर अगदीच सोपं आहे. या बलरामाची शक्ती एखाद्या हिऱ्याएवढी आहे. तशीच भीमाची शक्तीसुद्धा

हिऱ्याएवढी आहे. दुर्योधनाच्या कटीपासून वरचं शरीरसुद्धा अर्ध्या हिऱ्याएवढं ताकदवान आहे.''

''पण नाथ, याचा हिशेब केवळ अडीच हिऱ्यांएवढाच झाला. तुम्ही स्वतःला विसरलात!''

कृष्ण काही बोलण्यापूर्वी नारद म्हणाले, ''भगवान कृष्ण तर असली हिरा आहे. भगवानाने अवघ्या सोळाव्या वर्षी कोणत्याही पूर्वतयारीविना कंस आणि चाणूर राक्षस या दोघांचाही वध केला होता.''

त्यानंतर जरा वेळ सर्व जण शांत झाले. प्रत्येक जण आपापल्या विचारात गढून गेला.

अखेर सत्यवती आपल्या पतीगृही, आपल्या राज्यात परतली. राजा वर्धनाला आपली लाडकी पत्नी परत मिळाल्यामुळे त्याचा आनंद गगनात मावेना.

अशा प्रकारे या साडेतीन रत्नांनी वर्धन आणि सत्यवती यांचं आयुष्य बदलून गेलं.

थुंकणारा राक्षस

कोणे एके काळी गया नावाचा राक्षस राहत होता.

एक दिवस हा गया आपल्या रथात बसून आकाशमार्गे निघालेला असताना त्याच्या तोंडात अचानक बरीच लाळ जमा झाल्याचं त्याच्या लक्षात आलं. त्यानं ती तिथल्या तिथे थुंकून टाकली. नेमका त्याच वेळी श्रीकृष्ण खाली पृथ्वीवर सूर्यदेवाला अर्घ्य देत होता. त्याच्या ओंजळीतील पवित्र पाण्यात ती लाळ वरून पडली.

आपल्या ओंजळीतील पाण्यात ही घाण कुठून पडली ते पाहण्यासाठी कृष्णाने चमकून मान वर करून वरच्या दिशेने पाहिलं. तोपर्यंत स्वतःची चूक गयाच्या लक्षात आली होती. श्रीकृष्णाचा रोष ओढवू नये, म्हणून तो घाईघाईनं लपला. कृष्णानं संतप्त होऊन मोठ्या आवाजात शापवाणी उच्चारली, ''माझ्या ओंजळीतील अर्घ्याचं पाणी ज्या कुणी अपवित्र केलं आहे, त्याचा मी वध करीन.''

ती शापवाणी ऐकून गया अत्यंत घाबरला. त्यानं स्वर्गस्थ देवदेवतांची आराधना केली; पण कोणताही देव त्याच्या मदतीला धावून आला नाही. मग तो अर्जुनाकडे गेला. पण आपण जर अर्जुनाला खरी घडलेली हकिगत सांगितली, तर तोही आपलं रक्षण करणार नाही, हे गयाला माहीत होतं. त्यामुळे त्यानं अर्जुनाला अर्धसत्य सांगितलं. तो म्हणाला, ''महाराज, कुणीतरी मला जीवे मारण्याची शपथ घेतली आहे. त्यामुळे मी तुमच्या आश्रयाला आलो आहे. आता तुम्हीच माझं रक्षण करा. तुम्ही तर सर्व शक्तिमान राजे आहात. तुम्हाला जो कुणी शरण येतो, त्याचं तुम्ही रक्षण करता. तुम्ही जर मला मदत केली नाहीत, तर माझा मृत्यू अटळ आहे.''

अर्जुनाला त्या गया राक्षसाची दया आली. परंतु त्यानंही जास्त खोलात शिरून व्यवस्थित चौकशी केली नाही. हा इतका बलाढ्य राक्षस आणि त्याची ही अशी

दयनीय अवस्था झालेली पाहून अर्जुन घाईघाईनं म्हणाला, ''काळजी करू नकोस. कोणत्याही परिस्थितीत तुझ्या केसालाही धक्का लागणार नाही, याची जबाबदारी मी घेतो.''

''महाराज, हीच गोष्ट तुम्ही मला कृष्णाची शपथ घेऊन सांगितलीत तर बरं होईल. मगच माझा तुमच्या शब्दांवर विश्वास बसेल.''

''अर्थातच. मी दिलेला शब्द नेहमीच पाळतो. पण तुझा आग्रहच असेल तर मी भगवान कृष्णाची शपथ घेऊन सांगतो, की कुणी तुझ्या केसालाही धक्का लावू शकणार नाही.''

गयानं ते ऐकून सुटकेचा निःश्वास सोडला.

''पण मला एक सांग, तुला जीवे मारण्याची शपथ कुणी घेतली आहे?'' अर्जुनानं विचारलं.

''साक्षात कृष्णानंच.'' गया राक्षस भीतीनं थरथर कापत म्हणाला.

अर्जुन संतप्त झाला. ''गया, ही गोष्ट तू मला आधी का नाही सांगितलीस? मला कृष्णाशी युद्ध करण्याची मुळीच इच्छा नाही. तो माझा जिवाभावाचा सखा आहे, माझा रक्षणकर्ता आहे. मी त्याच्या विरोधात कसा काय जाऊ?'' अर्जुन म्हणाला. आपण पुरेशी चौकशी न करताच गयाला वचन दिलं, या गोष्टीचा आता त्याला पश्चात्ताप होत होता.

ही गोष्ट अर्जुनाच्या कुटुंबीयांच्या कानावर गेली. त्याचे भाऊ, माता कुंती, द्रौपदी आणि सुभद्रा या पत्नी असे सर्व जण यातून मार्ग कसा काढायचा याविषयी चर्चा करू लागले. धर्मराज म्हणाले, ''दिलेलं वचन पाळणं हे राजाचं कर्तव्य आहे.''

''पण त्यासाठी इतकी मोठी किंमत मोजायची?'' सुभद्रा म्हणाली.

''त्यापेक्षा तू त्या गयाला शिक्षा कर आणि त्याला मारून टाक.'' भीम म्हणाला. ''त्यानं तुला अर्धसत्य सांगितलं.''

पण या संकटातून कसा मार्ग काढायचा, हे कुणालाच समजत नव्हतं.

द्रौपदीनं कृष्णाची आराधना केली. ती म्हणाली, ''आता कृष्णच आपल्याला योग्य तो मार्ग दाखवेल.''

त्याच वेळी तिथून नारद चालले होते. त्यांनी थांबून या कुटुंबासमोर उभ्या ठाकलेल्या समस्येबद्दल शांतपणे ऐकून घेतलं. ते म्हणाले, ''मला वाटतं, या प्रकरणात जर सुभद्रेनं मध्यस्थी केली, तर ते जास्त बरं होईल. कारण ती कृष्णाची बहीण आहे.''

सर्वांनाच ती कल्पना पटली. सुभद्रेशिवाय दुसरं कोण मध्यस्थी करू शकणार? मग सुभद्रा तातडीनं आपल्या भावाला भेटायला द्वारकेला निघाली.

त्याबरोबर नारदमुनीसुद्धा लगबगीनं द्वारकेला निघाले. सुभद्रा द्वारकेला पोहोचून

आपल्या भावाची भेट घेण्याआधीच कृष्णाची भेट घेऊन ते म्हणाले, ''ज्या राक्षसानं तुझ्या ओंजळीतील अर्घ्याच्या पाण्यात थुंकून ते अपवित्र केलं, त्याच गया राक्षसाला अर्जुनानं अभय दिलं आहे. या बाबतीत तुझ्याशी बोलून, या संकटातून काहीतरी मार्ग निघावा म्हणून मध्यस्थी करण्यासाठी सुभद्रा द्वारकेकडेच निघाली आहे. देवा, आता तुम्हीच यातून योग्य काय तो निर्णय घ्या.''

अखेर सुभद्रा कृष्णाला भेटली आणि तिनं घडलेला प्रसंग जसाच्या तसा त्याला कथन केला. कृष्णानं तिचं बोलणं शांतपणे ऐकून घेतलं, पण त्यानंतरही त्यानं आपला निर्धार काही बदलला नाही. तो त्याच्या मताशी ठाम होता. त्याच्या दोघी पत्नींचं– रुक्मिणी आणि सत्यभामा यांचं– मतसुद्धा कृष्णासारखंच होतं. अखेर कृष्ण सुभद्रेला म्हणाला, ''सुभद्रे, तुला अर्जुन आणि मी या दोघांपैकी कुणा एकाचीच बाजू घेता येईल. तुझ्या पतीला साथ द्यायची की बंधूला, हा निर्णय तुझा तुलाच घ्यावा लागेल. तुला दोघांच्या बाजूनं उभं राहता येणार नाही.''

त्यावर सुभद्रा म्हणाली, ''बंधू, तू मला फार कठीण परिस्थितीत टाकलं आहेस. खरं म्हणजे मला तुम्हा दोघांपैकी एकाची बाजू घेऊन दुसऱ्याच्या विरोधात जाण्याची अजिबात इच्छा नाही; परंतु जर मला तसं करणं भागच पडणार असेल, तर मात्र मी माझ्या पतीच्या बाजूनं उभी राहीन.''

आता यानंतर जे काही घडणार होतं, ते तर सूर्यप्रकाशाइतकं स्पष्ट होतं. आता युद्ध अटळच होतं.

थोड्याच काळात कृष्ण आणि अर्जुन रणांगणावर परस्परांच्या विरोधात उभे ठाकले. हे दोघे एकमेकांचे भाऊ, इतकंच नव्हे तर जिवाभावाचे सखे होते. पण आज तेच दोघे एकमेकांचे शत्रू म्हणून उभे राहिले होते आणि तेही कुणासाठी, तर त्या गया नावाच्या असुरासाठी. अखेरच्या क्षणी स्वर्गातील देवांनी हस्तक्षेप करून या युद्धाला तोंड फुटण्याआधीच ते थांबवलं. त्यानंतर गया असुरानं भगवान कृष्णाची क्षमा मागून त्याच्या पायावर लोळण घेतली. त्यानंतर तो कृष्णाचा भक्त बनला.

काही काळानं गयानं कृष्णाच्या मूळ रूपाची, म्हणजेच श्रीविष्णूंची भक्ती करण्यास सुरुवात केली. त्या भक्तीमुळे तो महाशक्तिशाली बनला. सर्व असुरांच्या बाबतीत जे घडत आलं होतं, तेच त्याच्या बाबतीतही घडलं. तो अतिशय उन्मत्त बनला. त्यानं देवदेवतांचा उपमर्द करण्यास सुरुवात केली. गरीब प्रजेचा छळ करण्यास सुरुवात केली. अखेर सर्व देवांनी भगवान विष्णूंकडे धाव घेऊन त्यांच्याकडे मदतीची याचना केली.

भगवान विष्णूंनी देवांचं म्हणणं ऐकून घेऊन फक्त स्मितहास्य केलं. ते म्हणाले, ''मी याची काळजी घेईन.'' त्यांनी देवांना परत पाठवलं.

त्यानंतर एक दिवस ब्रह्मदेव गया असुराच्या भेटीला आले. ते म्हणाले, ''तू

किती बलिष्ठ, शक्तिशाली, उंचापुरा आणि आरोग्यशाली आहेस. तुझ्यासारखा देह तर कुणाकडेच नसतो. मी आता लवकरच एक महायाग करणार असून, त्यासाठी मी सुयोग्य ठिकाणाच्या शोधात आहे. मला वाटतं, मी हा यज्ञ तुझ्या छातीवर करायला हवा. माझ्या यज्ञासाठी सर्वांत उत्तम स्थळ तेच आहे.''

हे ऐकून गया निःशब्दपणे उभा राहिला. अचानक आपलं भाग्य इतकं कसं काय उजळलं, हेच त्याला कळेना– स्वतः ब्रह्मदेव त्याच्याकडे आले होते, तेसुद्धा त्याची परवानगी मागायला. गयानं त्यांच्या विनंतीला तत्काळ मान्यता दिली.

मग ब्रह्मदेवांनी आणि त्यांच्या सहायकांनी यज्ञकुंड बांधण्यास सुरुवात केली. ते यज्ञकुंड त्यांनी गयाच्या विशाल छातीवर बांधायला घेतलं. काही वेळानंतर गया फार अस्वस्थ झाला. त्याला हालचाल करावीशी वाटू लागली. मग त्यानं भगवान विष्णूंची आराधना केली. ''मी या महायागाच्या बाबतीत ब्रह्मदेवांना सर्वतोपरी मदत करण्याचं वचन देऊन बसलो आहे. पण त्यांची ही तयारी चालू असताना, माझ्याकडून माझ्या शरीराची मुळीच हालचाल होऊ नये आणि त्यांच्या तयारीत व्यत्यय येऊ नये, म्हणून तुम्हीच आता मला मदत करा.''

भगवान विष्णू म्हणजे सर्वांचाच त्राता. मग ते स्वतः गया असुराच्या छातीवर पाय ठेवून उभे राहिले. त्यांनी पाय इतके घट्ट रोवले की गयाला त्याच्या शरीराची थोडीसुद्धा हालचाल करणं अशक्यच होऊन बसलं.

मग गया असुरानं भगवान विष्णूंना आणखी एक विनंती केली. ''हे भगवन्, आता एक गोष्ट तर मला कळून चुकली आहे- मी काही या यज्ञानंतर वाचणार नाही. यज्ञ संपेपर्यंत माझं शरीर जळून राख होऊन जाईल, त्यामुळे मी गेल्यानंतर ही जागा तीर्थक्षेत्र म्हणून नावारूपाला यावी, अशी माझी इच्छा आहे. मी जमिनीवर माझं मस्तक ज्या ठिकाणी ठेवलेलं आहे, ती जागा म्हणजे या तीर्थक्षेत्राचं सर्वांत पवित्र स्थान असावं आणि या जागेचं नामकरण माझ्यावरून व्हावं. त्यानंतर ज्या मृत व्यक्तीचं या ठिकाणी श्राद्ध करण्यात येईल, त्या व्यक्तीला थेट स्वर्ग प्राप्त होईल.''

''वत्सा, तुझी ही इच्छा निश्चितच पूर्ण होईल.'' भगवान विष्णू म्हणाले.

त्यामुळे आज या स्थानाला एक पवित्र स्थान म्हणून महत्त्व प्राप्त झालं असून, त्याला आपण 'गया' म्हणूनच ओळखतो. हे स्थान बिहारमध्ये असून, त्याला विष्णुगया किंवा पितृगया म्हणूनही संबोधण्यात येतं. फाल्गू नावाची नदी येथून वाहते. गया असुराचं मस्तक भूमीवर ज्या ठिकाणी विसावलं होतं, त्याला गयाशीर्ष असं म्हणतात. येथे भगवान श्रीविष्णूंच्या पावलाच्या खुणासुद्धा पाहायला मिळतात. लोक आपल्या पितरांना येथे श्रद्धांजली देतात. अशा रीतीनं गया असुराला एक प्रकारे अमरत्वच प्राप्त झालेलं आहे. त्याच्या विष्णुभक्तीचा महिमा फार मोठा आहे. त्यामुळेच देशाच्या कोनाकोपऱ्यातून पर्यटक मोठ्या संख्येनं या ठिकाणी येतात.

उदंक ऋषी

कोणे एके काळी उदंक नावाचे एक एकांतप्रिय ऋषी होते.

महाभारताचं युद्ध संपल्यानंतर कृष्ण जेव्हा द्वारकेला परत निघाला, तेव्हा त्याची वाटेत या ऋषींशी गाठ पडली. कृष्णाला पाहून त्यांना खूप आनंद झाला. ते ऋषी नेहमी एकांतात राहत असत. त्यामुळे बाहेरच्या जगात चाललेल्या घडामोडींची त्यांना काहीच कल्पना नव्हती. त्यांनी कृष्णाला विचारलं, ''कृष्णा, आजूबाजूच्या परिसराची काय वार्ता? सगळं ठीकठाक चाललं आहे ना?''

''आता सगळं ठीक आहे. महाभारतामध्ये घडून आलेलं युद्धही आता संपुष्टात आलं आहे.'' कृष्ण म्हणाला.

ते ऐकून उदंक ऋषींना आश्चर्य वाटलं. ते उत्सुकतेनं म्हणाले, ''या युद्धात किती लोक सहभागी झाले होते?''

त्यावर कृष्ण म्हणाला, ''पांडवांच्या बाजूनं सात अक्षौहिणी सैन्य होते. (अक्षौहिणी हे त्या काळाचं सैनिकांची तुकडी मोजण्याचं माप होतं.) आणि कौरवांच्या बाजूनं अकरा अक्षौहिणी सैन्य होतं. म्हणजे एकूण अठरा अक्षौहिणी सैन्य होतं आणि हे युद्ध अठरा दिवस चाललं.''

''मग या युद्धात शेवटी किती जण जिवंत राहिले?'' उदंक ऋषी म्हणाले.

''फक्त बारा योद्धे. त्यांच्यात पाच पांडव, तसंच अश्वत्थामा, कृपाचार्य, वृषकेतू आणि युयुत्सू हे कौरवांच्या बाजूचे वीर आणि माझ्याकडचे सात्यकी, कृतवर्मा आणि मी.''

''काय? अठरा अक्षौहिणी योद्ध्यांमधून केवळ बाराच शिल्लक उरले?'' उदंक ऋषींना धक्का बसला.

''फार घनघोर युद्ध होतं ते.'' कृष्ण म्हणाला.

ते ऐकून उदंक ऋषी अस्वस्थ झाले. ''कृष्णा, तू मानवजातीतील सर्वश्रेष्ठ

पुरुष आहेस. या युद्धामध्ये जो काही सर्वनाश घडणार होता, त्याची तुला आधीपासून कल्पना होती. तुझी जर खरोखर मनापासून तशी इच्छा असती, तर तू हे युद्ध थांबवू शकत होतास. पण तू तुझं कर्तव्य पार पाडलेलं नाहीस. मग मी तुला शाप का बरं देऊ नये?''

''मुनिवर, जरा थांबा. मी तुम्हाला सर्व काही स्पष्ट करून सांगतो. कौरवांनी द्रौपदीची विटंबना केल्यावर ती माझ्याकडे येऊन म्हणाली, ''आता युद्ध होऊ दे. मला न्याय हवा आहे.'' त्यावर मी तिला म्हणालो, ''हे भगिनी, केवळ एखाद्या व्यक्तीचा अपमान झाला, तर त्यासाठी युद्ध घडून येणं योग्य नाही. मानव जातीच्या कल्याणासाठी तू तुझा झालेला अपमान गिळून टाक.'' इतकंच नव्हे, तर मी स्वतः दुर्योधनाला भेटून त्याला समजावून सांगण्याचा प्रयत्नसुद्धा केला. शांततेचं, सलोख्याचं महत्त्व त्याला पटवून देण्याचा प्रयत्न केला. पांडवांना पाच गावं दान म्हणून देऊन झाल्या प्रकारावर पडदा टाकण्याचाही त्याला सल्ला दिला; परंतु त्यानं तो ऐकलाच नाही. उलट तो मलाच कैदेत टाकण्याची भाषा करू लागला. मग मी धृतराष्ट्र महाराज, तसंच भीष्म पितामह या दोघांना जाऊन भेटलो. त्यांनी या प्रसंगी हस्तक्षेप करून वडिलकीच्या नात्यानं दुर्योधनाला सल्ला देऊन हे युद्ध टाळावं, अशी मी त्यांना विनंती केली; पण त्यात मला अपयश आलं.''

एवढं बोलून कृष्ण जरा वेळ थांबला. त्यानंतर एक दीर्घ श्वास घेऊन म्हणाला, ''त्यानंतर मी कर्णाला भेटायला गेलो. हे युद्ध घडू नये म्हणून कर्णानं पांडवांची बाजू घ्यावी यासाठी मी त्याचं मन वळवण्याचा प्रयत्न केला; परंतु त्यानं माझा सल्ला न मानता या युद्धात आपला मित्र दुर्योधन यालाच युद्धात साथ देण्याचं ठरवलं. खरं सांगू का मुनिवर, हे युद्ध टाळण्याचे माझ्यासमोर जे जे पर्याय उपलब्ध होते, ते वापरून मी माझ्या परीनं मनापासून तसा प्रयत्न केला. अखेर हे युद्ध घडून येणं अटळ होतं, हे मलाही कळून चुकलं. एकदा युद्धाला तोंड फुटल्यावर मी युद्धात सहभागी झालेल्या योद्ध्यांसमोर अशीही घोषणा केली, की 'ज्या कुणाला या युद्धात आपला पक्ष बदलून दुसऱ्या बाजूला जाऊन मिळावंसं वाटेल, त्यानं खुशाल तसं करावं. त्याचप्रमाणे ज्या कुणाला हे युद्ध सोडून निघून जाण्याची इच्छा होईल, त्यानं कोणत्याही क्षणी निघून जावं.' पण फारच थोड्या लोकांनी असं केलं. त्याच वेळी एक सत्य मला कळून चुकलं- या युद्धात सहभागी झालेल्या प्रत्येक योद्ध्याला कुठल्या ना कुठल्या कारणासाठी हे युद्ध हवंच होतं. त्यामुळेच ते घडून आलं. खरं सांगायचं तर माझ्या प्रयत्नांपेक्षा जे विधिलिखित होतं, तेच श्रेष्ठ ठरलं.''

उदंक ऋषींनी एक निःश्वास सोडला. कृष्णाचं म्हणणं बरोबरच होतं. ''कृष्णा, मला क्षमा कर. मी उगीचच तुला बोल लावत होतो.''

कृष्णानं स्मितहास्य केलं.

मग ऋषी म्हणाले, ''देवा, मी एक मागणं मागू का?''

''बोला, तुमची काय इच्छा आहे?''

''देवा, मी हा असा कधीही, कुठेही भ्रमंती करत असतो. माझा प्रवास कधी साध्या सरळ रस्त्यानं, तर कधी खाचखळग्यांच्या अवघड वाटेनं चालू असो. अशा वेळी कधीतरी मला प्यायला पाणीसुद्धा मिळत नाही. त्यामुळे मला तुम्ही एवढं एक वरदान द्या. निदान जेव्हा कधी मला तहान लागेल, तेव्हा पिण्यासाठी पाणी तरी मिळालं पाहिजे.''

ऋषींना 'तथास्तु!' असं म्हणून कृष्ण द्वारकेला निघून गेला.

त्यानंतर थोड्या दिवसांनी उदंक ऋषी एका अरण्यातून पुढे चालले होते. अचानक त्यांना खूप तहान लागली आणि कृष्णाकडून प्राप्त झालेल्या वरदानाची आठवण झाली.

तेवढ्यात समोरून एक शिकारी त्यांच्याजवळ आला. त्यानं हरणाच्या कातड्यापासून बनवलेल्या थैलीमध्ये भरलेलं पाणी त्यांना देऊ केलं.

उदंकांच्या मनात आलं, ''हा किती अस्वच्छ, गलिच्छ शिकारी आहे. हा शिकलेलाही नसेल. मी याच्याकडचं हे पाणी कसं काय पिऊ?'' त्यामुळे त्यांनी मान हलवून नकार दिला.

''मुनिवर, अहो हे पाणी घ्या.'' तो शिकारी आग्रह करत म्हणाला.

''नाही.'' उदंक ऋषी परत म्हणाले.

''मुनिवर, अहो, तुम्ही जर माझ्याकडचं हे पाणी प्यायलात, तर मला पुण्य लागेल.'' तो शिकारी म्हणाला.

पण उदंक ऋषी ठामपणे नकार देऊन ते पाणी त्याच्याकडून न घेताच पुढे निघाले. थोडं अंतर चालून गेल्यावर त्यांनी मागे वळून पाहिलं, तर तो शिकारी कुठेच दिसत नव्हता.

'हा शिकारी आत्ता तर इथे होता; इतक्यात कुठे बरं गेला?' असा विचार उदंक ऋषी करत असतानाच श्रीकृष्ण त्यांच्या दृष्टीस पडला.

''कृष्ण देवा, तुम्हाला असं इकडे पाहून मला फारच आनंद झाला. तुम्ही मला आशीर्वाद दिला होता, की मला जेव्हा कधी तहान लागेल, तेव्हा मला तत्काळ पाणी मिळेल. पण तसं काही झालं नाही आणि आता थेट तुम्ही स्वतःच इकडे आलात.''

त्यावर कृष्ण म्हणाला, ''उदंक मुनी, अहो तुम्हाला आशीर्वाद दिल्यानंतर माझी आणि इंद्रदेवाची भेट झाली. उदंक मुनींना त्यानं अमृत द्यावं, अशी मी इंद्रदेवाला विनंती केली. पण मुनिवर, तुम्ही मर्त्य मानव असल्यामुळे तुम्हाला

अमृत मिळू शकणार नाही, असं इंद्रदेवानं मला सांगितलं. त्यावर मी त्याच्याशी वाद घातला. तुमच्यासारख्या इतक्या ज्ञानवृद्ध, तपोवृद्ध ऋषींच्या बाबतीत अपवाद करायला काय हरकत आहे, असं मीच त्याला पटवून दिलं. त्यालाही ते पटलं. त्यामुळे तो स्वतःच शिकाऱ्याचं रूप घेऊन तुम्हाला भेटायला आला होता. त्यानं त्याच्या पखालीतून तुम्हाला द्यायला अमृतच आणलं होतं. तुम्ही ते ग्रहण केलं असतं, तर तुम्हाला अमरत्व प्राप्त झालं असतं. त्यानं एकदा नव्हे, दोनदा नव्हे तर तीन वेळा तुम्हाला ते देऊ केलं; पण तुम्ही मला खोटं ठरवलंत मुनिवर. त्या शिकाऱ्याचे कपडे, त्याचा तो अवतार, त्याची राहणी यावरून तुम्ही तुमच्या मनात त्याच्याविषयी ग्रह बाळगलात. मत बनवलंत. तोही तुमच्यासारखाच एक माणूस असूनसुद्धा तुम्ही त्याला समान वागणूक दिली नाहीत. खरं तर तुमच्या अडचणीच्या वेळी तो आपण होऊन तुमच्या मदतीला धावून आला होता. तुम्ही इतके ज्ञानवृद्ध, वयोवृद्ध, तपोवृद्ध आहात, म्हणून मला तुमच्याविषयी आदर वाटत असे. पण आता हे सिद्धच झालं, की तुम्ही सामान्यांहूनही सामान्य आहात.''

एवढं बोलून कृष्ण तेथून निघून गेला.

कृष्णाचा अंत

महाभारत युद्धाचा शेवट झाला. त्यात आपला पुत्र दुर्योधन भीमाशी गदायुद्ध करताना मारला गेला, हे जेव्हा गांधारीला कळलं, तेव्हा ती शोकविव्हल झाली.

त्यापूर्वी गांधारीनं आपला पुत्र दुर्योधन याला वज्राप्रमाणे कठीण बनवलेलं होतं. कितीही आघात झाले असते, तरी त्या शरीरावर काहीही परिणाम होऊ शकत नव्हता. फक्त त्याला अपवाद म्हणजे त्याच्या मांड्या. त्या मात्र अशा अभेद्य नव्हत्या. मुळात हे असं झालं होतं, तेही कृष्णाने योजलेल्या एका क्लृप्तीमुळेच. दुर्योधन आपल्या गांधारीमातेचा आशीर्वाद घेण्यासाठी निघाल्याचं कृष्णाला समजताच त्याला वाटेत गाठून कृष्णानं जो काही सल्ला दिला होता, तो दुर्योधनानं ऐकला आणि त्यामुळेच त्याच्या शरीराचा अगदी थोडासा भाग सर्वसामान्यांसारखाच राहिला होता.

आपल्या पुत्राच्या शरीरातील त्या कमजोर भागावर प्रहार करून त्याला ठार करण्याची सूचना कृष्णानंच भीमाला दिली असल्याचं जेव्हा गांधारीला समजलं, तेव्हा तिच्या क्रोधाला पारावार उरला नाही. थेट कृष्णाकडे जाऊन तिनं त्याला शाप दिला. ती म्हणाली, "हे कृष्णा, खरं तर या युद्धाला तोंड फुटण्यापूर्वीच तू हे थांबवू शकत होतास. तसं करायचं सोडून तू उलट हे युद्ध करण्यासाठी सर्वांना प्रोत्साहन दिलंस. तुझ्यामुळेच माझी सर्व मुलं, नातवंडं मृत्युमुखी पडली. आता माझं घराणं नामशेष होण्याच्या मार्गावर आहे. त्यामुळे आज मी तुला शाप देत आहे. लवकरच माझ्याप्रमाणे तुझ्यासुद्धा संपूर्ण कुळाचा नाश ओढवेल. जे दुःख मी भोगलं, तेच दुःख तुझ्यासुद्धा वाट्याला येईल, कृष्णा!"

परंतु तिची ही शापवाणी ऐकून कृष्ण जराही विचलित न होता मंदस्मित करून म्हणाला, "गांधारीमाते, खरं सांगू का? माझ्या कुळाचा सर्वनाश होईल असा शाप देण्याची काहीच आवश्यकता नाही. कारण कोणत्याही जमातीत जेव्हा धनसंपत्तीचा,

उन्मत्तपणाचा आणि मद्यपी लोकांचा सुळसुळाट होतो, तेव्हा त्या कुळाचा सर्वनाश होणं अटळच असतं. यादवकुळाचा सर्वनाश होण्यासाठी कोणत्याही शत्रूची किंवा शापवाणीची गरजच नाही. त्यांच्या अंगच्या दुर्गुणांमुळेच ते स्वतःचा नाश ओढवून घेणार आहेत. खरं सांगू का गांधारी माते, हे युद्ध घडू नये म्हणून मी माझ्या परीनं जास्तीत जास्त प्रयत्न केले; परंतु तुझ्या स्वतःच्या पुत्रालाच हे युद्ध हवं होतं. त्यामुळे त्याबद्दल तू मला दोष देऊ नकोस. तुझ्या पतीला- म्हणजेच धृतराष्ट्र महाराजांनाही मी हेच सांगितलं होतं, की 'तुम्ही कृपा करून तुमच्या राजपदाला साजेसा योग्य आणि विचारपूर्वक निर्णय घ्या.' पण जे करायला हवं होतं, ते धृतराष्ट्र महाराज तरी करू शकले का? माते, तुझा पुत्र अहंमन्य, अविचारी होता. तो कुणाचं काहीच ऐकण्याच्या मनःस्थितीत नव्हता. स्वतःच्या कुटुंबाचा सर्वनाश खरं तर त्यानंच ओढवून घेतला.''

त्यानंतर काही दिवसांतच युधिष्ठिराला त्या देशाचा राजा म्हणून घोषित करण्यात आलं आणि कृष्ण द्वारकानगरीला परत गेला.

मध्यंतरी बराच काळ लोटला.

एक दिवस दुर्वास मुनींनी द्वारकानगरीस येण्याचं ठरवलं. ते अतिशय कोपिष्ट म्हणून प्रसिद्ध होते. द्वारकानगरीत प्रवेश करण्यापूर्वी त्यांनी आदल्या रात्रीचा मुक्काम नगरीबाहेरच करायचं ठरवलं.

कृष्णाचा पुत्र सांब याची पत्नी लक्ष्मणा ही दुर्योधनाची कन्या होती. दुर्वासमुनी द्वारकानगरीच्या बाहेर मुक्काम करून थांबले असल्याचं सांबाच्या कानावर जाताच त्याला त्यांची मस्करी करण्याची लहर आली. त्याच्यासोबत त्याचे काही मद्यधुंद मित्रसुद्धा होते. सांबानं एका गर्भवती स्त्रीचा वेश धारण केला. त्यानं आपल्या पोटाला लाकडी कामट्याची मोळी बांधून त्यावरून स्त्रीसारखी वस्त्रं परिधान केली. आपल्या मद्यधुंद मित्रांना बरोबर घेऊन सांब दुर्वास मुनींना भेटायला गेला. त्यातला एक मित्र दुर्वासांना म्हणाला, ''गुरुवर्य, तुम्ही तर फार मोठे ज्ञानतपस्वी आहात. या त्रिलोकात कुठे काय घडतं, याचं तुम्हाला ज्ञान आहे. मग आमच्यासोबत असलेल्या या गर्भवती स्त्रीला पुत्रप्राप्ती होईल का कन्याप्राप्ती, हे तुम्ही सांगाल का?''

दुर्वास मुनींनी डोळे मिटले. आपल्या योगसामर्थ्याने समोर चालू असलेला प्रकार त्यांच्या लक्षात आला. ही तरुण मुलं आपली मस्करी करण्यासाठी इथे आली आहेत, हे त्यांना मुळीच सहन झालं नाही. ते संतप्त होऊन ते म्हणाले, ''ही स्त्री नसून एक पुरुष आहे. त्यामुळे तो पुत्रालाही जन्म देणार नाही आणि कन्येलाही नाही. तो जन्म देईल काष्ठाला आणि हे काष्ठच संपूर्ण यादवकुळाच्या विनाशास कारणीभूत होईल.''

त्यांची ही शापवाणी ऐकताच त्या तरुण मुलांची भीतीनं गाळण उडाली. त्यांनी तिथून पलायन केलं. त्यानंतर पुढचा मागचा विचारही न करता त्यांनी सांबाच्या पोटावर बांधलेल्या त्या काष्ठाचं चूर्ण करून ते समुद्रार्पण केलं. म्हणजे आता त्या काष्ठांमुळे कुणालाही इजा होऊ शकणार नव्हती. आता हा घडलेला प्रकार दुसऱ्या कुणाच्याही कानावर घालायचा नाही, असं त्यांनी ठरवलं.

त्यानंतर काही दिवसांतच समुद्राच्या पाण्यातील ते चूर्ण तरंगत किनाऱ्यापाशी आलं आणि किनाऱ्यावर वनस्पतींची वाढ होऊन सर्वत्र जाळं पसरलं.

एकदा पौर्णिमेच्या रात्री यादव कुळातील लोकांनी समुद्रकिनारी मौजमजा करण्यासाठी एकत्र जाण्याचं ठरवलं. त्या ठिकाणी कृष्ण मात्र नव्हता. जमलेल्या यादवांचं मद्य पिणं आणि नशेत धिंगाणा घालणं सुरू झालं. जरा वेळात त्यांच्यात भांडणं जुंपली, मारामारी सुरू झाली. मग काही माणसं उठून मारामारी करण्यासाठी हत्यारांच्या शोधात इकडे तिकडे फिरू लागली. त्यांना समुद्रकिनारी माजलेलं तण दिसताच त्यांतली काही झुडपं उपटून ती माणसं एकमेकांना त्या झुडपांनीच मारू लागली. पण ती झुडपं अत्यंत चिवट आणि असामान्य शक्तीची होती. त्यांच्या फांद्या लोखंडासारख्या टणक आणि खरखरीत होत्या. ही मारामारी बराच काळ चालू राहिली. काही लोक गंभीररीत्या जखमी होऊन पडले, तर काही मरण पावले.

या गंभीर घटनेची वार्ता कृष्णाच्या कानी जाताच तो ताबडतोब त्या जागी पोहोचला. त्याच्यासोबत त्याचा भाऊ बलरामसुद्धा होता; परंतु ते तिथे पोहोचेपर्यंत फार उशीर झाला होता. उद्धव सोडून इतर सर्व जण मरण पावले होते. कृष्णाची मुलं आणि नातवंडं रक्ताच्या थारोळ्यात पडली होती. गांधारीची शापवाणी खरी होत असल्याचं कृष्णाला कळून चुकलं. त्याचबरोबर या पृथ्वीतलावरील आपलं अवतारकार्य संपुष्टात आलं असून, आता परत जाण्याची वेळ जवळ आल्याचंही त्याला समजलं. आता अर्जुन त्या जागी येऊन पोहोचेपर्यंत उद्धवानं निदान शिल्लक राहिलेल्या यादवांचं रक्षण करावं, अशी सूचना कृष्णानं त्याला दिली.

बलराम कृष्णाच्या शेजारीच उभा होता. तो म्हणाला, ''कृष्णा, या पृथ्वीवर मी जरी तुझा बंधू म्हणून जन्म घेतला असला, तरी मी नेहमीच तुझा सोबती म्हणून तुझ्याबरोबर राहत आलो आहे. मी आदिशेष आहे. सर्पांचा राजा आहे. त्यामुळे कृपा करून तुझ्या आधी या पृथ्वीलोकाचा निरोप घेण्याची तू मला परवानगी दे.''

त्यावर कृष्ण म्हणाला, ''बलरामा, तू आता निघ. मी लवकरच माझं पृथ्वीवरचं कार्य संपवून इहलोक सोडून येईन.''

त्यानंतर कृष्णानं आपला सारथी दारुक याला पाचारण केलं. ''हे दारुका, तू आत्ताच्या आत्ता हस्तिनापूरला जा आणि मी माझा इहलोकीचा अवतार संपवून निघून जात असल्याची अर्जुनाला कल्पना दे. अर्जुनानं तत्काळ इथे येऊन इथल्या

स्त्रियांना, मुलांना आणि वृद्धांना घेऊन जावं, असाही निरोप त्याला दे.'' कृष्ण म्हणाला.

त्याचे शब्द ऐकून पाणावलेल्या डोळ्यांनी उद्धव त्याच्या जवळ आला. तो म्हणाला, ''प्रिय कृष्णा, मी अतिशय जड हृदयानं माझं कर्तव्य पार पाडेन; पण तुझ्या वृद्ध माता-पित्याला सामोरं जाणं माझ्यासाठी फार कठीण काम आहे. आयुष्य म्हणजे नक्की काय, हेच मला आता समजेनासं झालं आहे. तुझ्यासारख्या धर्मावताराला जर इतक्या यातना भोगाव्या लागत असतील, तर या आयुष्याला काय अर्थ आहे?''

कृष्णानं मंदस्मित केलं. त्या परिस्थितीतसुद्धा त्यानं उद्धवाला आयुष्याच्या क्रियाप्रक्रिया समजावून सांगितल्या. त्याला आयुष्याविषयीचे धडे दिले– अनासक्ती, प्रेम, स्वतःला ओळखणं, जीवनाची क्षणभंगुरता आणि खरंखुरं ज्ञान याविषयी त्याला उपदेश केला. या उपदेशालाच आज उद्धव गीता असं म्हणतात.

त्यानंतर कृष्ण रानाच्या दिशेनं चालू लागला. रानात बरंच अंतर पुढे गेल्यार तो थकून एका वृक्षाखाली पहुडला.

तिथे जवळच जरा नावाचा एक कोळी एक जलाशयापाशी मासे पकडण्यासाठी आला होता. त्यानं काही मासे पकडून त्यातला एक मासा कापला. त्या माशाच्या पोटातून लाकडानं झाकलेला एक धातूचा तुकडा निघाला. या धातूचा आपल्याला हत्यार म्हणून उपयोग करता येईल, हे लक्षात आल्यावर त्यानं त्याला धार करून तो अत्यंत तीक्ष्ण बनवला आणि तो एका बाणाच्या टोकापाशी लावला.

त्यानंतर तो फिरतफिरत कृष्ण जिथे होता, त्या रानात जाऊन पोहोचला. कृष्ण ध्यानमग्न स्थितीत बसला होता. दुरून जराला कृष्णाचा पाय एखाद्या पक्ष्यासारखा भासला. त्यानं तो तीक्ष्ण टोकाचा बाण नेम धरून त्या दिशेनं सोडला. त्यानं कृष्णाच्या पावलाचा वेध घेतला. जखम होऊन भळाभळा रक्त वाहू लागलं. जरा त्या झाडापाशी पोहोचताच त्याला ते रक्त दिसलं. आपण ज्याला पक्षी समजलो, ते एका मनुष्याचं पाऊल होतं हे लक्षात येताच त्याला फार वाईट वाटलं. त्यानं जवळ जाऊन कृष्णाची क्षमा मागितली. कृष्ण त्याची समजूत काढत म्हणाला, ''अरे, तू असा दुःखी होऊ नको. अशा रीतीने माझा मृत्यू येणार हे तर विधिलिखितच आहे.''

त्या वेळी कृष्णाला त्याच्या आधीच्या जन्माची म्हणजेच रामावताराची आठवण झाली. रामाच्या अवतारात असताना त्यानं वालीला पाठीमागून बाण मारून त्याचा वध केला होता. त्या वेळी मरणासन्न अवस्थेत वाली त्याला म्हणाला होता. ''प्रभू, तुम्ही अशा प्रकारे माझ्या पाठीवर बाण कसा काय मारलात? हे धर्माच्या विरुद्ध आहे. तुमच्यासारख्यास हे शोभत नाही.''

त्या वेळी रामअवतारात असलेल्या प्रभूनं त्याला सांगितलं होतं, "हे वाली, मी तुला असं वचन देतो, की माझ्या पुढच्या जन्मात तू मला समोरून बाण मारशील."

या जराविषयी आणखी एक कथा सांगतात. जरा हा एकलव्याचा पुत्र होता. महाभारतातील युद्धाला जेव्हा तोंड फुटलं, तेव्हा जरा हा एक लहान बालक होता. त्याच्या वडिलांच्या, म्हणजे एकलव्याच्या मनात अर्जुनाविषयी आकस होता. त्यामुळे त्याची या युद्धात कौरवांच्या बाजूनं लढण्याची इच्छा होती. त्या वेळी कृष्ण एकलव्याच्या भेटीस जाऊन त्याला म्हणाला, "हे बघ, तू एक जातिवंत शिकारी आहेस. शिकार करून अन्न मिळवणं आणि तुझ्या जमातीचं संरक्षण करणं, हे तुझं कर्तव्य आहे. त्यामुळे तू या युद्धात कोणाच्याच बाजूनं सहभागी होऊ नकोस."

परंतु एकलव्यानं कृष्णाचा हा सल्ला मानला नाही. तो कौरवांच्या बाजूनं लढण्याच्या निर्णयाशी ठाम होता. त्या वेळी मात्र कृष्णानं स्वतःच त्याच्यावर बाण मारून त्याचा वध केला आणि तेथून गुपचुप निघून आला. आपण केलेल्या या हत्येविषयी कुणाला काही कळू नये, हाच त्याचा हेतू होता.

काही काळानं एकलव्याच्या पत्नीला आपल्या पतीचा निष्प्राण देह सापडला. ती शोकविव्हल होऊन रडू लागली. ती म्हणाली, "जो कुणी माझ्या पतीचा असा वध करून एखादा पक्षी गुपचूप उडून जावा तसा निघून गेला, त्याला मी शाप देत आहे. एखाद्या पक्ष्याला जसं मरण यावं, तसंच मरण माझ्या पतीची हत्या करणाऱ्याच्या वाट्यालासुद्धा येणार आहे."

त्या वेळी एकलव्याचा मुलगा जरा हा तान्हा होता. त्याच्या आईनं त्याला अगदी लहान वयापासूनच शिकारीचे धडे द्यायला सुरुवात केली. पक्ष्यांना बाण मारून त्यांचा अचूक वेध कसा घ्यायचा ते शिकवलं. "अगदी पक्ष्याप्रमाणे किंचितही आवाज न करता येऊन कुणीतरी तुझ्या वडिलांना मारून पळून गेलं होतं. त्यामुळे तू पक्ष्यांचा अचूक वेध घेण्यात नैपुण्य मिळव," असं ती त्याला नेहमी सांगत असे.

त्या गोष्टीचं मनात स्मरण करतच आपल्या मर्त्य शरीराचा त्याग करून कृष्ण स्वर्गाला गेला. इकडे अर्जुनाला कृष्णाचा निरोप मिळालाच होता. त्याप्रमाणे तो द्वारकेतील स्त्रियांना, मुलांना आणि वृद्धांना हस्तिनापुराला घेऊन जाण्यासाठी द्वारकेला पोहोचला, तेव्हा कृष्णाचं देहावसान झालेलं होतं.

कृष्णाच्या मृत्यूमुळे त्याची प्रजा शोकाकुल होती. कृष्णाच्या अशा अवचित जाण्याचा रुक्मिणीला अतीव मानसिक धक्का बसून त्यातच तिचाही अंत झाला. कृष्णाचे वडील वसुदेव ध्यानमग्न अवस्थेत देह सोडून गेले, तर त्याची माता देवकी हिचाही आकस्मित मृत्यू झाला. कृष्णाच्या निरोपानुसार अर्जुन राहिलेल्या

प्रजेला आपल्याबरोबर घेऊन हस्तिनापूराला निघाला. वाटेत आभीर जमातीच्या लोकांच्या टोळीनं त्या सर्वांवर हल्ला देला. आपल्या गांडीव धनुष्यातून बाण मारून त्यांचा प्रतिकार करण्याचा अर्जुनानं प्रयत्न केला; परंतु कृष्णाच्या अस्तित्वाशिवाय ते गांडीव धनुष्य प्रभावहीन झालं होतं. त्यामुळे अथक प्रयत्न करूनसुद्धा अर्जुन आपल्या बरोबरच्या सर्वच लोकांना वाचवू शकला नाही. त्यांच्यातील काही तिथेच मृत्युमुखी पडले. त्याचप्रमाणे त्या आभीरांच्या टोळीतील लोकांनी अर्जुनाबरोबर निघालेल्या काही स्त्रियांचं अपहरण केलं. अत्यंत दुर्धर परिस्थितीत अर्जुन वाचलेल्या लोकांना हस्तिनापूरला घेऊन गेला.

अशा रीतीनं कृष्णाचा अवतार अत्यंत दुःखद रीतीनं संपुष्टात आला. यदुकुलाचाही हा शेवट होता. कृष्णाचा मृत्यू ज्या ठिकाणी झाला ते ठिकाण गुजरात राज्याच्या पूर्वकिनाऱ्यावरील भालकातीर्थ हे आहे.

◆

वंशवृक्ष

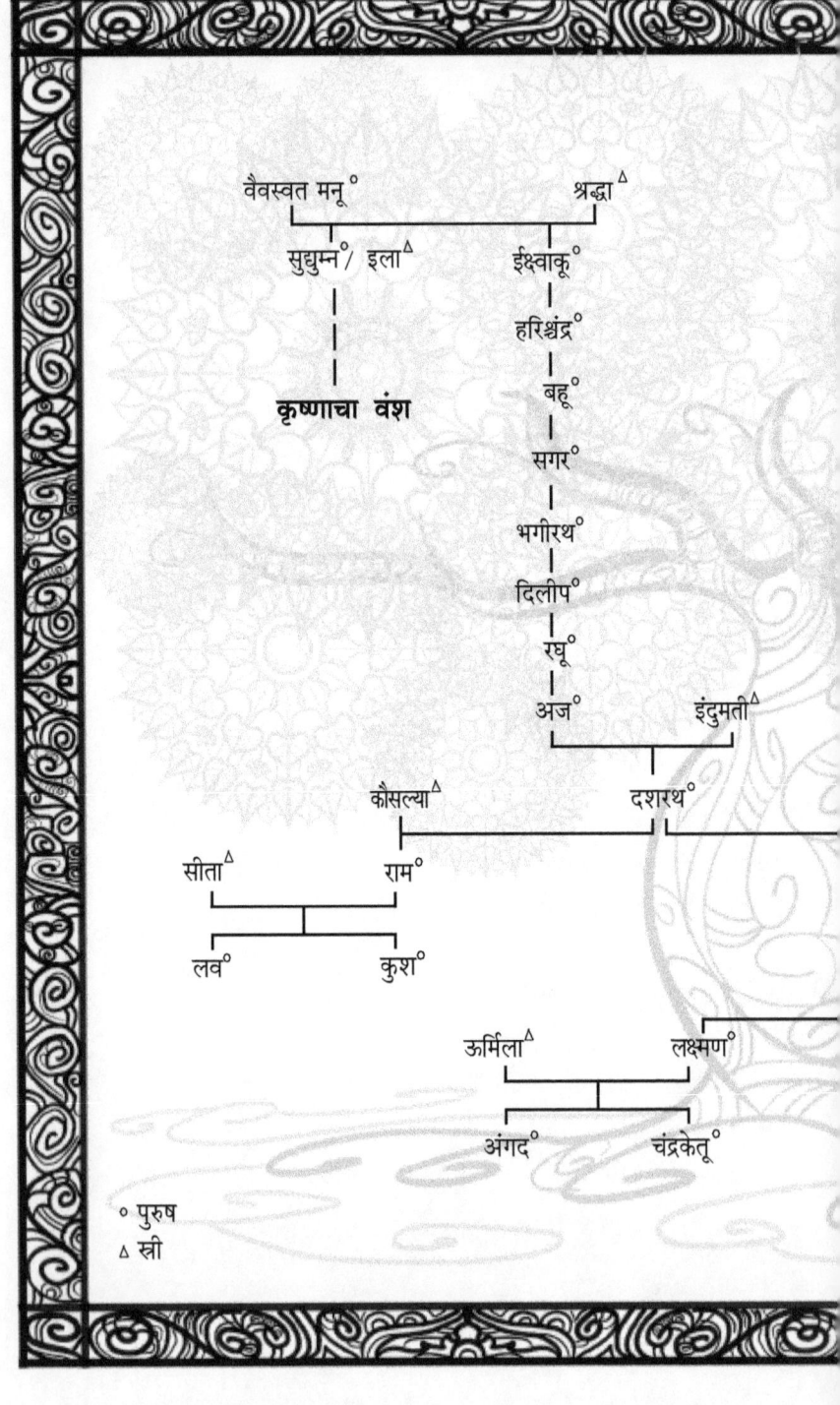

कृष्णाचा वंश

वैवस्वत मनू°
श्रद्धा∆
सुद्युम्न°/ इला∆
ईक्ष्वाकू°
हरिश्चंद्र°
बहू°
सगर°
भगीरथ°
दिलीप°
रघू°
अज°
इंदुमती∆
कौसल्या∆
दशरथ°
सीता∆
राम°
लव°
कुश°
ऊर्मिला∆
लक्ष्मण°
अंगद°
चंद्रकेतू°
° पुरुष
∆ स्त्री

रामाचा वंश (रघुवंश)

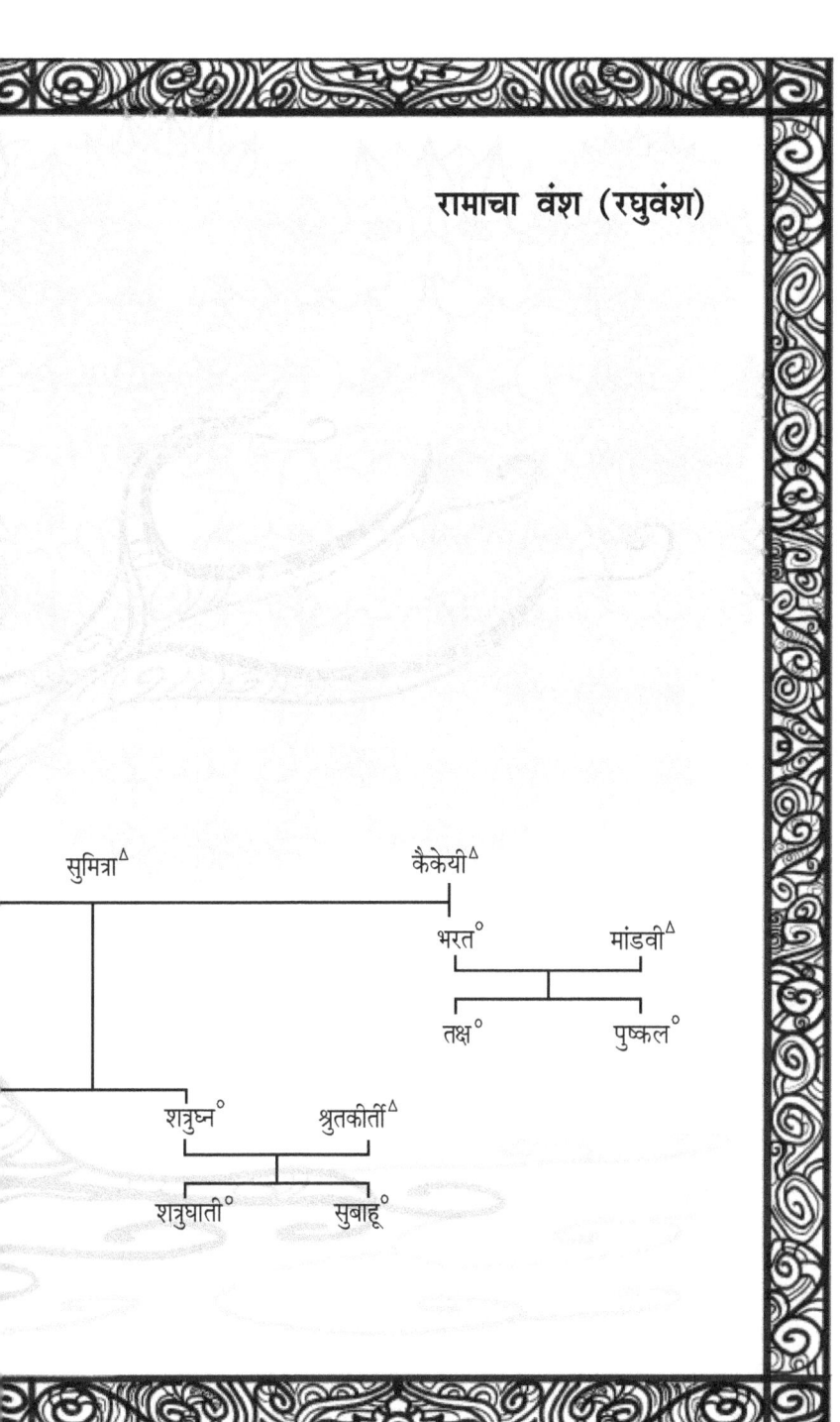

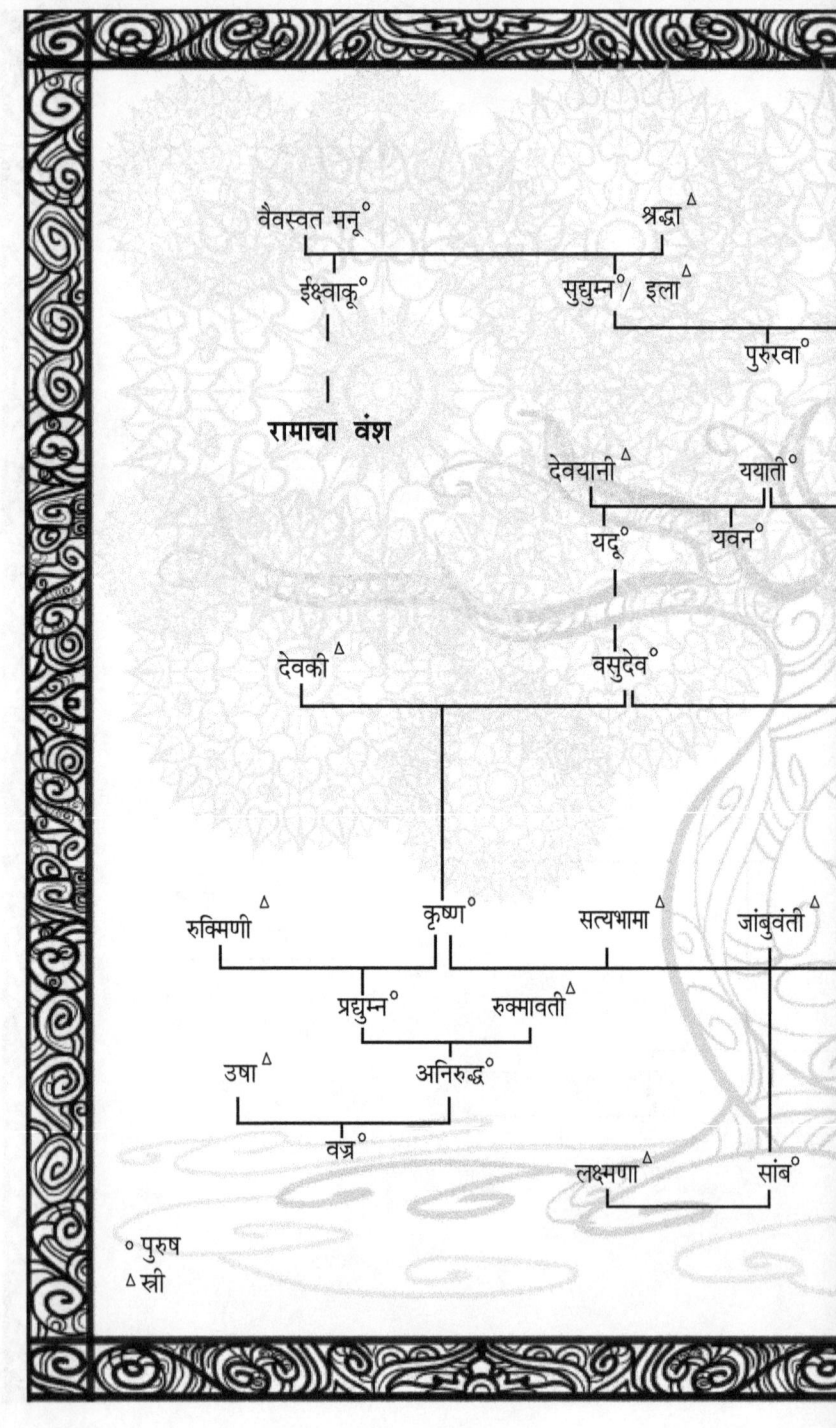

वैवस्वत मनू° ———————————— श्रद्धा△

ईक्ष्वाकू° ———————— सुद्युम्न°/ इला△

पुरुरवा°

रामाचा वंश

देवयानी△ ———————— ययाती°

यदू° यवन°

देवकी△ ———————— वसुदेव°

रुक्मिणी△ कृष्ण° सत्यभामा△ जांबुवंती△

प्रद्युम्न° रुक्मावती△

उषा△ अनिरुद्ध°

वज्र° लक्ष्मणा△ सांब°

° पुरुष
△ स्त्री

कृष्णाचा वंश (कृष्णवंश)

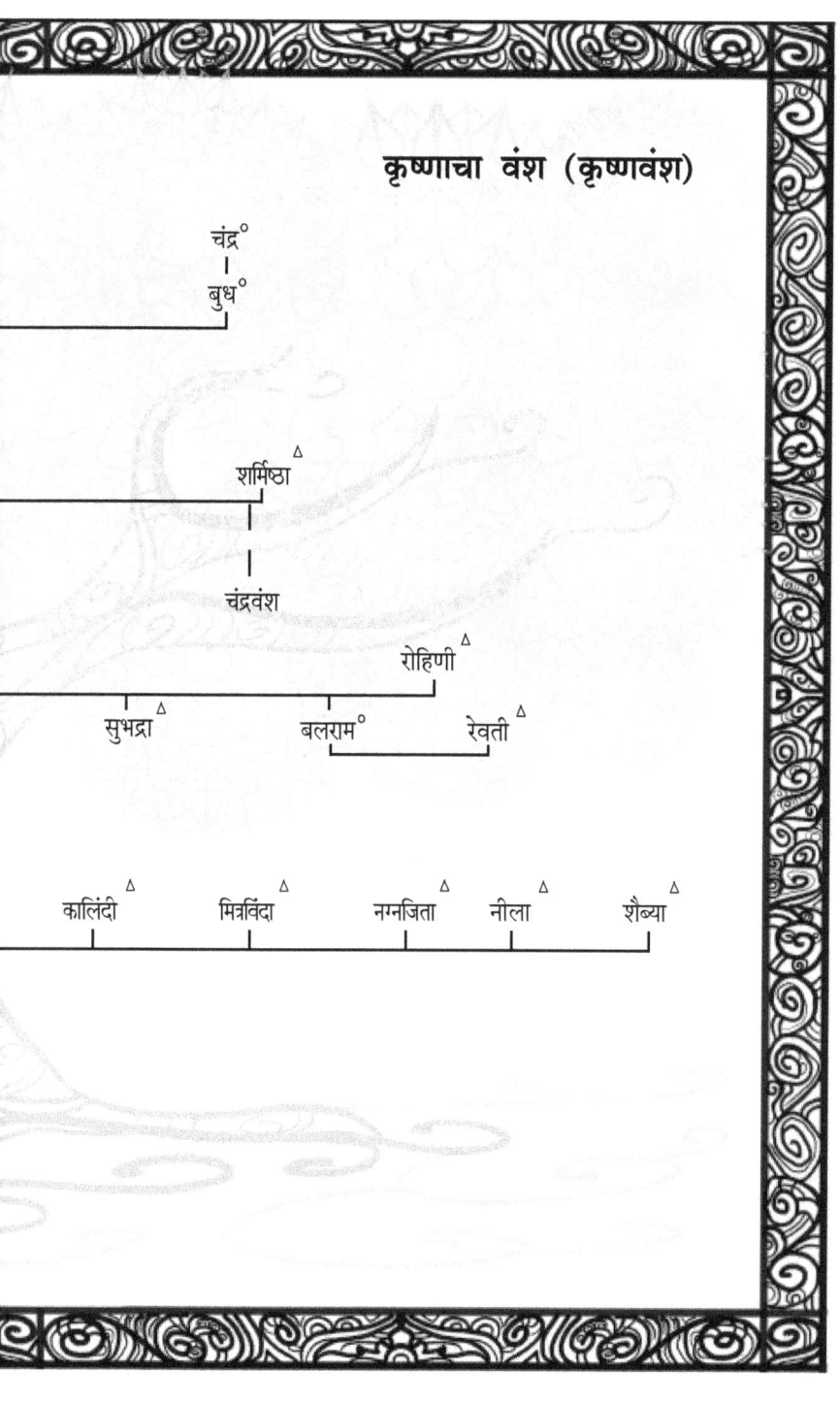

चंद्र°
बुध°

शर्मिष्ठा

चंद्रवंश

रोहिणी

सुभद्रा   बलराम°   रेवती

कालिंदी   मित्रविंदा   नग्नजिता   नीला   शैब्या

गरुडजन्माची कथा

त्रिमूर्तींच्या आगळ्यावेगळ्या कथा

सुधा मूर्ती

अनुवाद

लीना सोहोनी

ब्रह्मदेवाला कोणे एके काळी पाच मस्तकं होती हे तुम्हास माहीत आहे का? भगवान शंकराने आपल्या जटांमध्ये चंद्रकोर का धारण केली आहे, याबद्दल तुम्हाला काही ठाऊक आहे का? देव इतरांची फसवणूक करतात का?

आपणा सर्वांना एक गोष्ट निश्चित माहीत आहे– ब्रह्मा, विष्णू आणि महेश या त्रिमूर्तींचं चराचरात अस्तित्व असून, हे जग आणि आपली मानवजात अस्तित्वात आहे, ती केवळ त्यांच्यामुळेच. संपूर्ण भारतात सगळीकडे या तीनही देवतांची उपासना केली जाते; परंतु या देवतांबद्दलच्या अनेक सुरस आणि चमत्कृतिजन्य कथा अजूनही फारशा कुणाला माहीत नसतात.

अनेक पुरस्कारविजेत्या लेखिका सुधा मूर्ती या वाचकांना हाताला धरून या अनोख्या, अज्ञात प्रदेशात घेऊन जातात. प्राचीन युगातील या तीन अत्यंत शक्तिशाली देवतांविषयीच्या अद्‌भुतरम्य कथा त्या वाचकांसमोर उलगडतात. कथासंग्रहातील प्रत्येक कथा तुम्हा सर्वांना एका वेगळ्याच मंतरलेल्या विश्वात घेऊन जाईल. त्या कथा ज्या कालखंडात घडतात, तेव्हाच्या व्यक्ती मनोवेगाने दूरदूरच्या प्रदेशात भ्रमंती करू शकतात, यातले प्राणी उडू शकतात आणि यात पुनर्जन्म तर नेहमीच होत असतात.